കനൽപ്പെണ്ണ്

Kanalpennu

Poems

S Saraswathy

CHINTHA PUBLISHERS
Thiruvananthapuram

First Edition
Octobcr 2022

Second Impression
December 2023

Typesetting and Published
Chintha Publishers, Thiruvananthapuram

Printed at
Repro India Ltd, Mumbai

Cover Design
Vinod Mangoes

ISBN : 978-93-94753-29-7

CO - 3199 / 6747

₹ 160

Email: chinthapublishers@gmail.com
Website: www.chinthapublishers.com

A version is available at National Libraries
Kolkata, Mumbai, Chennai and Delhi

Distribution
DESHABHIMANI BOOKHOUSE
H O Thiruvananthapuram 695035

Branch
Head Office Kunnukuzhi • Statue Thiruvananthapuram
KSRTC Bus Terminal Thampanoor • Saphalyam Complex Thiruvananthapuram
KSRTC Bus Station Alappuzha • KSRTC Bus Station Ernakulam
Machingal Lane Thrissur • IG Road Kozhikode
Mavoor Road Kozhikode • NGO Union Building Kannur
Central Bus Terminal Complex Thavakkara Kannur

കനൽപ്പെണ്ണ്

എസ് സരസ്വതി

ചിന്ത പബ്ലിഷേഴ്സ്
തിരുവനന്തപുരം-695 035
വില : ₹ 160

എസ് സരസ്വതി

ആലപ്പുഴ ജില്ലയിൽ വള്ളികുന്നത്ത് ജനനം. പരേതരായ ശങ്കരൻനായർ, ദേവകിയമ്മ എന്നിവർ മാതാപിതാക്കൾ. വള്ളികുന്നം എസ് എൻ ഡി പി സംസ്കൃത ഹൈസ്കൂൾ, തിരുവനന്തപുരം ഗവ. സംസ്കൃത കോളേജ്, ഗവ. ട്രെയിനിങ് കോളേജ് എന്നിവിടങ്ങളിൽ വിദ്യാഭ്യാസം. സംസ്കൃത സാഹിത്യത്തിൽ ബിരുദാനന്തരബിരുദവും ബി എഡും.

1986 ൽ പാലക്കാട് രജിസ്ട്രേഷൻ ഡിപ്പാർട്ട്മെന്റിൽ ക്ലാർക്കായി ജോലിയിൽ പ്രവേശിച്ചു. 1992 മുതൽ വ്യവസായ വാണിജ്യ വകുപ്പിൽ. വ്യവസായ വാണിജ്യ ഡയറക്ടറേറ്റിൽ അഡ്മിനിസ്ട്രേറ്റീവ് അസിസ്റ്റന്റായി വിരമിച്ചു. വിദ്യാർത്ഥി, സർവ്വീസ് സംഘടനാ രംഗങ്ങളിൽ നേതൃനിരയിൽ പ്രവർത്തിച്ചു. 2002 ലെ 32 ദിവസത്തെ പണിമുടക്കിൽ എസ്മ പ്രകാരം 13 ദിവസം ജയിൽവാസമനുഭവിച്ചു.

എൻ ജി ഒ യൂണിയൻ സംസ്ഥാന സെക്രട്ടേറിയറ്റ് മെമ്പർ, കേരള ഗസറ്റഡ് ഓഫീസേഴ്സ് അസോസിയേഷൻ സംസ്ഥാനക്കമ്മിറ്റി അംഗം, കേരള സർവ്വീസ് മാസിക, കെ ജി ഒ എ ന്യൂസ് എന്നിവയുടെ എഡിറ്റോറിയൽ അംഗമായും പ്രവർത്തിച്ചു. *ഉൾക്കനൽ* എന്ന കവിതാസമാഹാരം 2017 ൽ പ്രസിദ്ധീകരിച്ചു. കവി എം കൃഷ്ണൻകുട്ടിയുടെ പേരിലുള്ള ആദ്യ അവാർഡ് *ഉൾക്കനലി*ന് ലഭിച്ചു. ഇപ്പോൾ പുരോഗമന കലാസാഹിത്യ സംഘം, വനിതാ സാഹിതി എന്നിവയുടെ പ്രവർത്തക.

ഭർത്താവ് : അഡ്വ. എം എസ് സുരേഷ് കുമാർ
മക്കൾ : ഡോ. സൂര്യ എം എസ്, ദിവേക് മോഹൻ
കൊച്ചു മകൾ : ദേവകി.
വിലാസം : ചന്ദ്രകാന്തം
ജയപ്രകാശ് ലെയിൻ
കുടപ്പനക്കുന്ന് പി ഒ
തിരുവനന്തപുരം - 695043
മൊബൈൽ : 9447654516
E-mail : srswthsuresh@gmail.com

ഉള്ളടക്കം

പ്രസാധകക്കുറിപ്പ്

കവിതയുടെ പാരമ്പര്യ ബോധങ്ങൾക്കു വെല്ലുവിളികൾ സൃഷ്ടിക്കപ്പെടുന്ന കാലമാണിത്. സ്ത്രീ എഴുത്തിന്റെ രാഷ്ട്രീയ നിലപാടുകൾ കവിതയെ അടിമുടി മാറ്റിമറിച്ചു കഴിഞ്ഞു. സമൂഹത്തിലെ ഒട്ടനവധി വിഷയങ്ങളെ സൂക്ഷ്മതയോടെ നിരീക്ഷിച്ചുകൊണ്ട് രചിക്കപ്പെട്ടതാണ് എസ് സരസ്വതിയുടെ *കനൽപ്പെണ്ണ്*. കവിതയുടെ മാന്ത്രിക സാന്നിദ്ധ്യം പ്രകടമാകുന്ന *കനൽപ്പെണ്ണ്* വായനക്കാർക്കായി അവതരിപ്പിക്കുന്നു.

ചിന്ത പബ്ലിഷേഴ്സ്

ആമുഖം

വളരെ വൈകി കവിതാ രചനയുടെ ലോകത്തേക്ക് വന്നയാളാണ് ഞാൻ. എന്നാൽ കുട്ടിക്കാലം മുതലേ കവിത എന്നോടൊപ്പം ഉണ്ടായിരുന്നു. ജീവിതത്തിന്റെ ഏറെ തിരക്കേറിയ കാലം കഴിഞ്ഞ് ഏകാന്തത ദിവസങ്ങളെ മൂടിയപ്പോൾ അത് മറികടക്കാൻ പല സമയങ്ങളിലും കുറിച്ചുവച്ച വരികളിൽനിന്ന് *ഉൾക്കനൽ* എന്ന കവിതാസമാഹാരം ഉണ്ടായത് അപ്രതീക്ഷിതമായിട്ടായിരുന്നു. അത് നല്കിയ ആഹ്ലാദം വലുതായിരുന്നു. ആ കവിതാ സമാഹാരത്തിന് വിപ്ലവകവി എന്ന് സ. ഇ എം എസ് വിശേഷിപ്പിച്ച കവി ശ്രീ. എം കൃഷ്ണൻകുട്ടിയുടെ പേരിലുള്ള ആദ്യ അവാർഡ് ലഭിച്ചത് അതിനേക്കാളേറെ അപ്രതീക്ഷിതമായിരുന്നു. ആ അനുഗ്രഹത്തിലും തുടർന്നും ആനുകാലികങ്ങൾ എന്റെ കവിതകൾ പ്രസിദ്ധീകരിച്ചു പ്രോത്സാഹനം തന്നുകൊണ്ടിരുന്നു എങ്കിലും, ആദ്യ ഒരു വർഷത്തിൽ എഴുതിയ വരികൾ പുസ്തകരൂത്തിലായ ശേഷം നാലരവർഷം കഴിഞ്ഞിട്ടും, രണ്ടാമതൊരു കവിതാ സമാഹാരം പ്രസിദ്ധീകരിക്കാനുള്ള ധൈര്യം ഉണ്ടായിരുന്നില്ല. എന്റെ എഴുത്തിന് എന്നും പ്രോത്സാഹനവും പിന്തുണയും തരുന്ന എഴുത്തുകാരനായ സുഹൃത്ത് രാജേഷ് കെ എരുമേലിയോടുള്ള കടപ്പാടും സ്നേഹവും അറിയിക്കുന്നു. എന്റെ ആദ്യ കവിതാ സമാഹാരത്തിന് അവതാരിക എഴുതിയും പ്രകാശനച്ചടങ്ങിനെത്തി പുസ്തകം സ്വീകരിച്ചും എന്നെ എന്നും പ്രോത്സാഹിപ്പിക്കുന്ന പ്രിയ കവി കുരീപ്പുഴ ശ്രീകുമാർ ഈ സമാഹാരത്തിലെ കവിതകൾ വായിച്ച് അഭിപ്രായങ്ങളും നിർദ്ദേശങ്ങളും നല്കിയത് സ്നേഹത്തോടെ മനസ്സിൽ സൂക്ഷിക്കുന്നു. എന്റെ പ്രിയപ്പെട്ട ശ്രീദേവി ടീച്ചർ (ഡോ. എസ് ശ്രീദേവി) എന്റെ കവിതകളെ വളരെ താല്പര്യപൂർവ്വം വായിച്ച് അവതാരിക എഴുതിത്തന്ന് എന്നെ അനുഗ്രഹിച്ചു. ടീച്ചർ

എന്നോടൊപ്പം തന്നെയുണ്ട് പ്രത്യേകം ഒന്നും പറയേണ്ടതില്ല. വിളിച്ചു ചോദിച്ചപ്പോൾ തന്നെ പുസ്തകത്തിന് പഠനം എഴുതിത്തരാമെന്ന് സമ്മതിക്കുകയും അത് കൃത്യസമയത്തുതന്നെ അയച്ചുതരികയും ചെയ്ത മാധ്യമപ്രവർത്തകനും എഴുത്തുകാരനുമായ എൻ പി ചന്ദ്രശേഖരനോടുള്ള നന്ദിയും അറിയിക്കുന്നു.

കലാകൗമുദി, മാധ്യമം, ജനയുഗം, ദേശാഭിമാനി വാരാന്ത്യം, സ്ത്രീശബ്ദം, സാകേതം, കാലം, പ്രഭാവം, പ്രഭാതരശ്മി, ഉപധ്വനി, അഭിമുഖം, ഒരുമ ഉൾപ്പെടെയുള്ള നിരവധി ആനുകാലികങ്ങളിലും ഓണപ്പതിപ്പുകളിലും പ്രസിദ്ധീകരിച്ചവയാണ് ഈ സമാഹാരത്തിലെ കവിതകളേറെയും. ഇതുവരെ എന്റെ കവിതകൾ വായിച്ചു അഭിപ്രായങ്ങളും നിർദ്ദേശങ്ങളും തന്ന് പ്രോത്സാഹിപ്പിച്ച സുഹൃത്തുക്കളെയെല്ലാം നന്ദിയോടെ ഓർക്കുന്നു-യുവകവി സുമേഷ് കൃഷ്ണനെ പ്രത്യേകം ഓർക്കുന്നു. മാനസികമായ പിന്തുണ നല്കിയ കുടുംബത്തിനും സ്നേഹം.

എന്റെ കൂട്ടുകാർ പുസ്തകങ്ങളാണ്. എന്റെ സങ്കടം, സന്തോഷം, പ്രണയം, മനസ്സിന്റെ വിങ്ങലുകൾ, ചോദ്യങ്ങൾ, പ്രതിഷേധങ്ങൾ, പ്രതിരോധങ്ങൾ, ഇനിയും പൂർത്തിയാക്കാത്ത ആഗ്രഹങ്ങൾ എല്ലാം വായനയുടെ ഇടവേളകളിൽ കുറിച്ചിടുന്ന വരികളായാണ് പുറത്തേക്ക് വരിക. അവയിൽ നിന്നുള്ള 56 കവിതകളാണിതിലുള്ളത്. വൃത്തവും അലങ്കാരവും നോക്കിയല്ല, മനസ്സിൽ വരുന്നത് എഴുതുന്നു. കവിതകളാണോ എന്നെനിക്കറിയില്ല. വായനക്കാർ തീരുമാനിക്കട്ടെ.

എസ് സരസ്വതി

അവതാരിക

മൊഴിയെ സമുദ്രമായും ജലസമാധിയായും സൂര്യചുംബനമായും ഊതിക്കാച്ചിയ ചിന്തകളായും വെയിലുടുത്ത മരുഭൂമിയായും കനൽപ്പെണ്ണായും ഉറുമിയായും ദുഃഖവെള്ളിയായും പക്ഷിവേഷങ്ങളായും സർപ്പമാരുതനായും അഗ്നിശരമായും മരണമൊഴിയായും ഒറ്റമരമായും സൂര്യകാന്തിയായും കൂനൻപാറയിലെ ഉറുമ്പുകളായും ഒരു നിയോഗമായും ഉള്ളുരുക്കത്തിലെ ഉൾഖനനമായും ദയാവധമായും പഴന്തുണിയായും സ്നേഹവസന്തമായും തീപ്പന്തമോ പടക്കമോ ആയും കാവ്യനീതിയായും ഒറ്റച്ചിമിഴായും ചെണ്ടയായും വൈറസായും ലോക്ഡൗണായും ക്വാറന്റയ്നായും അടുക്കളക്കവിതയായും മായയായും പടയാളിയായും സമരമായും ജീവിതമായും ഗോപികാവിരഹമായും കൃഷ്ണപർവ്വമായും സുഭദ്രയായും കാറ്റായും ഒരു കളിയാട്ടത്തിന്റെ തിര ക്കഥയായും കെട്ടിപ്പൊക്കിയ മതിലുകൾ തട്ടിപ്പൊട്ടിക്കുന്ന കവിയായും രൂപാന്തരത്തിലും ഭാവാന്തരത്തിലും 'ഞാൻ മുമ്പേ ഞാൻ മുമ്പേ' എന്ന് ആശയങ്ങൾ, ആഗ്രഹങ്ങൾ തുള്ളിത്തുളുമ്പുമ്പോൾ സുഗതകുമാരിയുടെ 'ഒരാൾ മാത്രം' എന്ന കവിത ഞാൻ മനസ്സാലെ ആവാഹിച്ചു. അതിന്റെ അനുവാദം എന്ന മട്ടിലല്ല ഒരേ ജനുസ്സിൽ പെട്ടത് എന്ന അർത്ഥത്തിൽ.

ഏറെ വിശന്ന കിടാങ്ങൾ അമ്മയ്ക്കുചുറ്റും നിന്നു കരങ്ങിക്കൊണ്ട് എന്നെപ്പറ്റി, എന്നെപ്പറ്റി പാടൂ അമ്മേ എന്നു പ്രതീക്ഷയോടെ തോണ്ടി വിളിക്കുന്നു. കവിയുടെ കടം വീട്ടാനാവതില്ല എന്നറിയാമെങ്കിലും ആവുന്നത്ര ഉറക്കെ കൈ രണ്ടും ഉയർത്തി മാനിഷാദകൾ പ്രഖ്യാപിക്കുന്നു മനുഷ്യസ്നേഹികളായ കവികൾ. തങ്ങളെ ആരും ശ്രദ്ധിക്കാത്തതെന്തേ എന്നു പരിഭവിക്കുന്നു (നച കശ്ചിത് ശൃണോതി മേ). സരസ്വതി

എന്ന എന്റെ ശിഷ്യയും സുഹൃത്തുമായ ഈ കവിയും അതു തന്നെ ചെയ്യുന്നു. വിപ്ലവാത്മകമായി ചിന്തിച്ച് മറയില്ലാതെ തന്റെ ഉള്ളുരുക്കങ്ങൾ വായനക്കാരുമായി പങ്കിടുന്നു. പൂർവ്വകവികളുടെ കാൽനഖേന്ദുമരീചികകൾ തൊട്ടെണ്ണി നടക്കുമ്പോഴും സ്വന്തം വഴി-വഴിവിട്ട വഴി-കണ്ടെത്തുന്നതിലെ സ്വയംകൃതാർത്ഥത സരസ്വതി അനുഭവിച്ചറിയുന്നു. സഹൃദയരുമായി പങ്കിടുന്നു. അത് ഈ കവിയുടെ നിയോഗം.

കയ്പ്പേറിയ ഹാസ്യം (Bitter sense of Humour) സരസ്വതിക്കു സുപരിചിതമാണ് (use and throw Bin). യൂസ് ആന്റ് ത്രോ ബിന്നിൽ ചുരുട്ടിക്കൂട്ടിയെറിഞ്ഞ പ്രേമചരിതം കണ്ടെടുക്കുന്ന ക്യാമറക്കണ്ണുകൾ ഒരു നല്ല ഉദാഹരണം. പണിതുയർത്തുന്ന മതിലുകൾ ചിലപ്പോൾ തകർക്കാനുംകൂടി ഉള്ളതാണ്-സ്വപ്നങ്ങളെ മറയ്ക്കാതെ, കണ്ണീർച്ചിറയും കാഴ്ചയെ മറയ്ക്കാത്ത, ചിന്തകളെ കരിക്കാത്ത, ഈണങ്ങളിൽ വെള്ളി വീഴ്ത്താത്ത, ഇരുട്ടിന്റെ കരുത്താവാത്ത, മോഹങ്ങളിൽ ചിറകു മുളപ്പിക്കുന്ന, വെളിച്ചത്തിന്റെ നേരറിവായ ഉയരങ്ങളെ കീഴടക്കാനേ മതിലുകൾ പണിയാവൂ എന്ന ശാഠ്യം ഒരു ചൂണ്ടുപലകയായി ഞാൻ ഈ കവിതകളിൽ കണ്ടു.

അവസാനിക്കാത്ത കഥകളുടെ ഉറവിടം തേടിയുള്ള യാത്ര ഒരു വികൃതിക്കുരങ്ങന്റെ ഭാവത്തിൽ കവിയുടെ ഹൃദയത്തിൽ തൂങ്ങിയാടുന്നതു ഞാൻ കണ്ടു. കളിയാട്ടത്തിലെ പഴയ വേഷങ്ങൾ മാറ്റിമറിച്ച് പുതിയ ചുട്ടികുത്തിയ വേഷങ്ങൾ സംഭ്രമക്കാഴ്ചകൾ തൂലികത്തുമ്പിൽ നിറച്ചത് സരസ്വതി കണ്ടെത്തി പുതിയ വ്യാഖ്യാനങ്ങൾ രചിച്ചിരിക്കുന്നു.

ജി യുടെ സൂര്യകാന്തി പരിഭവിച്ചത് ആര്യമാവിനെ സ്നേഹിക്കുന്ന ധിക്കാരത്തിനു സൂര്യകാന്തിയെന്നെ പുച്ഛിപ്പതാണീ ലോകം എന്നാണ്. ഈ കവി അവിടുന്ന് ഒരു പടികടന്ന് എല്ലാം മറക്കുന്നൊരു വിപ്ലവകാരിയായ സൂര്യനെ പ്രണയിച്ചു തോല്പിക്കുന്നു. വെയിലുടുത്ത മരുഭൂമി, ജലസമാധി, സൂര്യചുംബനം, പക്ഷിവേഷങ്ങൾ, കാറ്റ്, അങ്ങനെയും ചിലർ, കഥാവശേഷ, ലോങ്മാർച്ച്, ലേലം തുടങ്ങിയ കുറുങ്കവിതകൾ പുരാവൃത്ത പരാമർശങ്ങളാൽ ഉദാത്തമായിരിക്കുന്നു.

കനൽപ്പെണ്ണ്-എന്ന കവിത ഈ കവിതാസമാഹാരത്തിലെ മിക്ക കവിതകളുടെയും ഭാവസ്പർശിയാണ്. പുറംലോകം ഇരുട്ടാക്കിയ, ഇരുട്ടിലാക്കിയ സ്ത്രീത്വത്തെ മൂടി തട്ടി പുറത്തുവരാൻ ആഹ്വാനം ചെയ്യുന്നു ഈ കവിത. പെൺകനവ്, താരകമായി ഉദിച്ചുവരാൻ ക്ഷണിക്കുന്ന കവി ഒരു പുതിയ മൂശയിൽ പെണ്ണിന്റെ സത്വം (സ്വത്വവും) വാർക്കാൻ ശ്രമിക്കുന്നു. ഭ്രഷ്ടരായ സ്ത്രീകൾ അഗ്നിസാക്ഷികളായി ശുദ്ധി തെളിയിക്കേണ്ട ബാദ്ധ്യതകളോടു

കൂടിയവരാണല്ലോ.

ഒറ്റമരം, മൊഴിയാഴി, പ്രണയം, അകംപൊരുൾ, അഗ്നിശരം, ഉൾഖനനം, മാനവികം, മരണമൊഴി, ദയാവധം തുടങ്ങിയ കവിതകൾ ഭൗതിക സാഹചര്യങ്ങളെ കടന്ന് ആത്മീയസത്ത തേടിപ്പോകുന്നതായി തോന്നി.

'തീപ്പന്തം' എന്ന കവിത പാകത്തിന് എല്ലാ ചേരുവകളുമുള്ള ഒരു പലഹാരം പോലെ ഹൃദ്യമായിത്തോന്നി. അച്ഛൻ ഒരു തീപ്പന്തം, അമ്മ ഒരു നെരിപ്പോട്, ഞാൻ ഒരു തീപ്പക്ഷി എന്ന നിർവ്വചനം ആലോചനാമൃതം തന്നെയാണെനിക്ക്. ആരെയും ചെണ്ട കൊട്ടിച്ചൊരു പണ്ടത്തെ ചെണ്ട ഇന്ന് ആർക്കും കൊട്ടാനൊരു കളിപ്പാട്ടമായതിലെ വിരോധാഭാസം എന്നെ രസിപ്പിച്ചു.

മൊഴിയുറുമി വാക്കുകളെ വീശിയെറിഞ്ഞ ഒരു കാലം - ജീവശ്വാസത്തിന്റെ താളം തിരിച്ചറിഞ്ഞ ഒരു കാലം—ഇന്ന് മൗനത്തിൻ നൊമ്പരക്കൂട്ടിൽ മതിയെ മയക്കുന്ന കഥകളായി മാറിയതും കവി തിരിച്ചറിഞ്ഞിരിക്കുന്നു. പെരുമഴക്കാലവും മഞ്ഞുകാലവും പൂക്കാലവും പ്രണയകാലവും എല്ലാം ഒരു മായാജാലമാണെന്ന ബോദ്ധ്യം സരസ്വതി എന്ന കവിയെ ഒരു ബോധിസ്വത്വനാക്കിയിരിക്കുന്നു-ചിരിക്കുന്ന ബുദ്ധൻ!

ഒറ്റവാക്കാൽ ഒതുക്കുവാനാവാത്ത കവിതകൾ അറ്റമില്ലാത്ത സൗഹൃദഭാവങ്ങൾ വച്ചുനീട്ടുന്ന സ്നേഹക്കതിരുകളായി തിരിച്ചറിഞ്ഞ് അഭിമാനത്തോടെ ഒരു അവതാരിക ഞാൻ എഴുതി. സന്തോഷം.

സ്വന്തം
ശ്രീദേവി ടീച്ചർ

അടുക്കളച്ചെപ്പിലെ പൊന്ന്

ഡോ. എൻ പി ചന്ദ്രശേഖരൻ

എസ് സരസ്വതി സുഹൃത്താണ്. സരസ്വതിയുടെ കവിതകൾ ആനുകാലികങ്ങളിൽ കണ്ടിട്ടുണ്ട്. ആദ്യസമാഹാരം *ഉൾക്കനൽ* വായിച്ചിട്ടുമുണ്ട്.

ഇപ്പോൾ മുന്നിൽ സരസ്വതിയുടെ പുതിയ പുസ്തകം *കനൽപ്പെണ്ണ്.* ഇതിലുള്ളത് 56 കവിതകൾ. ഓരോന്നും വിഭിന്നം. ഒന്നും മറ്റൊന്നിന്റെ വഴിക്കുപോകുന്നില്ല. മലയാളകവിതയിൽ സ്വന്തം വഴിയിലൂടെ മുന്നോട്ടുപോകാൻ ശ്രമിക്കുന്ന ഒരു കവിയെ ആരും ഈ പുസ്തകത്തിൽ ക്കാണും.

ഏകാകിയായി നില്ക്കാൻ മടിയില്ലാത്ത കവിയാണ് സരസ്വതി. 'നിയോഗം' എന്ന പേരിൽ ഏകാകികൾക്കുള്ള ഒരു കാവ്യോദ്ബോധനംതന്നെയുണ്ട് ഈ പുസ്തകത്തിൽ. ഏകാകിയുടെ കരുത്തിന്റെ ഉദ്ഗാനമായി മാറുന്ന 'ഒറ്റമരം' എന്ന കവിതയും ഇതിൽ വായിക്കാം.

ഏകാകിയുടെ നിരീക്ഷണങ്ങളായിത്തന്നെയാണ് ഈ കവിതകൾ പലതും വിതാനപ്പെടുന്നത്. 'സൂര്യകാന്തി', 'സൂര്യചുംബനം', 'കാലം സാക്ഷി', 'പുനർജ്ജനി' എന്നീ രചനകൾ ഉദാഹരണങ്ങൾ

'സൂര്യകാന്തി' നമ്മുടെ കവികളുടെ പ്രിയകഥാപാത്രമാണ്. പക്ഷേ, പഴയ കവിക്കാഴ്ചകളെ തച്ചുതകർക്കുന്നു സരസ്വതിയുടെ 'സൂര്യകാന്തി'. ഈ കവിക്കു സൂര്യകാന്തി "സ്വന്തം മുഖം ദിവസവും ഒരുവനു നേരേമാത്രം തിരിച്ചുതിരിച്ച് മുഖവും ദിങ്മുഖവും നഷ്ടപ്പെട്ടവ"ളാണ്. സരസ്വതിയുടെ സൂര്യൻ വിപ്ലവകാരിയാണ്. സരസ്വതിയുടെ സൂര്യകാന്തിയുടെ പ്രണയം, പ്രണയത്തിന്റെ സാമ്പ്രദായികാതിർത്തികളെ അധിഗമിക്കുന്നതും.

'സൂര്യചുംബനം' സൂര്യനു കവി നല്കുന്ന പുതിയ വ്യാഖ്യാനം.

ആകാശനക്ഷത്രങ്ങളെ നിഷ്പ്രഭമാക്കുന്ന എന്തോ ഒന്നാണ് ഈ കവിക്കു സൂര്യൻ.

'കാലം സാക്ഷി' എന്ന പ്രയോഗത്തിന്റെ അർത്ഥം നമുക്കെല്ലാമറിയാം. പക്ഷേ, കാലത്തെ വെറും സാക്ഷിയാക്കുന്ന മനുഷ്യജീവിതത്തിന്റെ മുന്നിൽനിർത്തി ആ പ്രയോഗത്തിന്റെ മറ്റൊരർത്ഥം കാണിച്ചുതരുന്നു സരസ്വതിയുടെ 'കാലം സാക്ഷി'യെന്ന കവിത.

'പുനർജ്ജനി' കവികളുടെ പ്രിയ മിത്തായ മഴത്തുള്ളിയെ മറ്റൊരു തരത്തിൽക്കാണുന്നു. മഴത്തുള്ളി എന്ന പ്രതീകത്തിന്റെ പുനർവായനയാണ് ഈ കവിതയെന്ന് വേണമെങ്കിൽ ഒറ്റവാക്യത്തിൽപ്പറയാം.

സ്ത്രീയുടെ കണ്ണാണ് ഈ കവിക്കുള്ളതെന്ന് മിക്ക കവിതകളും വിളിച്ചുപറയുന്നു. 'പഴന്തുണി' എന്ന കവിത, പഴഞ്ചരക്കായി മാറുന്ന, മാറ്റപ്പെടുന്ന സ്ത്രീത്വത്തിന്റെ വിലാപമായാണ് നാം അനുഭവിക്കുക. എല്ലാ സ്ത്രീയെയും ഭൂമിപുത്രിയായി, സീതയായി അടയാളപ്പെടുത്തുന്ന കവിത. 'ഉൾഖനന'വും സ്ത്രീപക്ഷകവിത തന്നെ. 'കളിയാട്ടം' ഈ കവിയുടെ പ്രണയക്കാഴ്ച, ഒപ്പം, അത് പുതിയകാലകേരളത്തിലെ പെണ്ണിന്റെ പ്രണയക്കാഴ്ചതന്നെയായി മാറുന്നു. ഇതോടെ, ഈ കവിത ശരാശരിപ്രണയകവിതകളിൽ നിന്നു വേറിടുന്നു.

എന്താണ് പ്രണയമെന്ന കണ്ടെടുക്കലാണ് 'പ്രണയം' എന്ന കവിത. ആ കണ്ടെടുക്കലാകട്ടെ ഒരു സ്ത്രീയുടേതുമാണ്.

ഈ പുസ്തകത്തിനു പേരു കൊടുത്ത കവിതയാണ് 'കനൽപ്പെണ്ണ്'. കാലത്തിൽനിന്ന്, ചരിത്രത്തിൽനിന്ന്, സംസ്കാരത്തിൽനിന്ന് കേവലസ്ത്രീയെ, സ്ത്രീത്വത്തെ കടഞ്ഞെടുക്കുന്ന കവിതയാണിത്. ഇന്നത്തെ സ്ത്രീക്ക് അവളെ ഏല്പിച്ചുകൊടുക്കുന്ന കവിത.

സരസ്വതിയിലെ തനിമയുള്ള കവിയെ പല കവിതകളിലും തിളങ്ങിക്കാണാം. പണയവസ്തുക്കൾ ലേലം പോകുന്നത് ഈ കാലത്തെ പതിവുകാഴ്ചയാണ്. ഈ കവി അതും ഒരു കാവ്യാനുഭവമാക്കുന്നു, ലേലം എന്ന കവിതയിൽ - ഇലകളെയും കിനാവുകളെയും ജന്മനാട്ടിലെ കൂറ്റൻ അഗ്നിപർവ്വതങ്ങളെയും കുറിച്ചല്ല കവിത പാടേണ്ടത് എന്ന നെരൂദയുടെ വാക്കുകൾ പിന്തുടർന്നുകൊണ്ടെന്നപോലെ.

മതിൽ എന്ന വാക്ക് മലയാളം ഏറെ ചർച്ച ചെയ്തിരുന്നു. വനിതാമതിലിന്റെ കാലത്ത്. മതിൽ എന്ന വാക്കിനു വന്ന, വരേണ്ട അർത്ഥാന്തരന്യാസങ്ങളുടെ അന്വേഷണശിഷ്ടമാണ് 'മതിലുകൾ' എന്ന കവിത. ഈ രചനയുടെ അവസാനത്തെ മൂന്നു വരി അഭിസംബോധന ചെയ്യുന്നത് നമ്മുടെ കാലത്തെത്തന്നെയാണ്:

"പണിതുയർത്തുന്നത്
ചിലതു തകർക്കാനുമാകണം
മതിലുകൾ തകർക്കാനുംകൂടിയുള്ളതാണ്."

കാറ്റ് കവികളുടെ പ്രിയവിഷയമാണ്. ഈ കവി കാറ്റിനു നല്കുന്ന വ്യാഖ്യാനങ്ങളുടെ ആഖ്യാനമാണ് 'സർപ്പമാരുതൻ.' 'കാറ്റ്' എന്ന തലക്കെട്ടിൽത്തന്നെ മറ്റൊരു കവിതയുമുണ്ട് ഈ പുസ്തകത്തിൽ. അതാകട്ടെ, കാറ്റിനെ പുരുഷതയോടു തുലനം ചെയ്യുന്നു.

'വെയിലുടുത്ത മരുഭൂമി' ഈ കാലത്തിന്റെ കണ്ടെഴുത്താണ് പൊടുന്നനെ മുന്നിൽ വെയിൽ വിരിക്കുന്ന മരുഭൂമി; അലഞ്ഞ ടുത്തെത്തുമ്പോൾ മാഞ്ഞുപോകുന്ന മരുപ്പച്ചയും.

സാമൂഹികവിമർശം കവിയുടെ ജോലിയാണോ അല്ലയോ എന്ന തർക്കം ഇപ്പോഴില്ല. കവി സമൂഹത്തെ വിമർശിക്കേണ്ടതില്ല എന്നാണ് ഉന്നതസംസ്കാരം ഇപ്പോൾ ഘോഷിക്കുന്നത്. പക്ഷേ, സരസ്വതി സാമൂഹികവിമർശം ചെയ്യുന്ന കവി.

'കൂനൻപാറയിലെ ഉറുമ്പുകൾ' ഒരു മാധ്യമവിമർശകവിത. എന്റെതന്നെ തൊഴിൽത്തുറയ്ക്കുനേരേ കവി ഉയർത്തുന്ന വിമർശം. എവിടെയാണ് തന്റെ നില്പിടം എന്ന് അസന്ദിഗ്ദ്ധമായി വിളിച്ചുപറയുന്നു ഈ കവിതയിലൂടെ കവി.

അതേ സമയം, 'നഗരത്തിലെ അമ്മ' കവിയുടെ ആത്മവിമർ ശമാണ്. വേണമെങ്കിൽ, സമൂഹമാകെ ഏറ്റെടുക്കേണ്ട ആത്മ വിമർശം എന്നു കൂട്ടിച്ചേർക്കാം.

'ദുഃഖവെള്ളി' കുരിശേറിയ മനുഷ്യപുത്രനുള്ള അർച്ചനയാണ്. കുരിശേറ്റത്തിന്റെ മഹാമൂല്യങ്ങൾ ഏറ്റുവാങ്ങാത്ത ലോക ത്തെക്കുറിച്ചുള്ള വിമർശവും. 'ലോങ് മാർച്ച്' ഇന്ത്യ ചെയ്യേണ്ട ഒരു മഹായാത്രയുടെ, ആരംഭിക്കേണ്ട ഒരു മഹാപ്രസ്ഥാനത്തിന്റെ ഓർമ്മിപ്പിക്കൽ.

കവിമാത്രമല്ല, 'കക്ഷിരാഷ്ട്രീയക്കാരി'യുമാണ് സരസ്വതി. പൊതുജീവിതത്തിൽ നിലപാടുയർത്തിപ്പിടിച്ച സാമൂഹിക വ്യക്തിത്വമാണ് അവരുടേത്. വിദ്യാർത്ഥിയായിരിക്കെത്തന്നെ പൊതുപ്രവർത്തനത്തിലെത്തി. എൻ ജി ഒ യൂണിയന്റെയും കെ ജി ഒ എയുടെയുമൊക്കെ നേതാവായിരുന്നു. പുരോഗമനക ലാസാഹിത്യസംഘത്തിന്റെയും വനിതാസാഹിതിയുടെയും പ്രവർത്തകയുമാണ്. പോരാ, അവകാശപ്പോരാട്ടത്തിൽ പങ്കെടു ത്തതിന് എസ്മ പ്രകാരം അറസ്റ്റിലായി 13 ദിവസം ജയിലിൽ കഴി ഞ്ഞിട്ടുമുണ്ട്. അതുകൊണ്ടുതന്നെ, രാഷ്ട്രീയം സരസ്വതി ക്കവിതയുടെ അകത്തെവിടെയോ ഉണ്ട്.

പടപ്പാട്ടുകളുടെ കാലം കഴിഞ്ഞെന്നാണ് കവിതാപണ്ഡിറ്റുകൾ

പറയുന്നത്. പക്ഷേ, വള്ളികുന്നത്തിന്റെ മകളായ കവിക്കറിയാം മൂല്യങ്ങളുടെ പോരാട്ടക്കാലം കഴിഞ്ഞിട്ടില്ലെന്ന്. പടപ്പാട്ടുകളുടെ കാലം നിലച്ചിട്ടില്ലെന്ന്. ആ നിലപാടിന്റെ പ്രഘോഷണമാണ് 'ഊതിക്കാച്ചിയ ചിന്തകൾ'. ഈ കവിത പുതിയ മലയാളക്കരയുടെ പടപ്പാട്ട്.

'മാനവികം' എന്ന കവിത നോക്കൂ. മനുഷ്യശേഷിയിലുള്ള വിശ്വാസപ്രഖ്യാപനം അതിൽ മുഴങ്ങിക്കേൾക്കാം:

"വറ്റുകില്ല നമ്മിലുള്ള
കരുണയും കരുതലും
ചേർത്തുനിർത്തും മാനവികമൂല്യ-
മതിൽക്കൂടി നാം."

കാവ്യദേവതയ്ക്ക്, സാംസ്കാരികചൈതന്യത്തിനുള്ള വാഴ്ത്തുപാട്ടാണ് 'മൊഴിയാഴി'. പക്ഷേ, അതിലും കവിയുടെ രാഷ്ട്രീയത്തിന്റെ, കവിതയുടെ രാഷ്ട്രീയത്തിന്റെ സൂക്ഷ്മധ്വനികളുണ്ട്.

'അക്ഷരായുധം' എന്ന കവിത മറ്റൊരു ഉദാഹരണം. കവി സ്വന്തം കവിതയെ കണ്ടെടുക്കുവാൻ നടത്തുന്ന യത്നമാണ് ഈ കവിത. കരുണയുള്ള കാലം കവിതയിൽ വിടർത്തുവാൻ കലികാലത്തിൽ കവിക്കു കഴിയുമോ എന്ന് ഈ കവിതയിലൂടെ കവി വിളിച്ചുചോദിക്കുന്നു. കവിയുടെ ഉള്ളിൽ ഇന്നു കനലാണെന്നും കവിയുടെ വാക്കുകൾ ഇന്നു കരവാളുപോലെ മിന്നുകയാണെന്നും കവി വിളിച്ചുപറയുന്നു. ഇവിടെ, "ഉടവാളുരുക്കി ഞാൻ വീണ തീർത്തതു നാട്ടിൽ ഉറക്കുപാട്ടും പാടി സഞ്ചരിക്കുവാനല്ല" എന്നു പാടിയ വയലാറിനെ നമുക്കോർക്കാം.

മരണം എല്ലാ കവികളെയും ചിന്തിപ്പിച്ചിട്ടുണ്ട്. 'ചിതാനന്ദം' ഈ കവിയുടെ മരണക്കാഴ്ച. അത് മരണത്തിൽനിന്ന് ജീവിതത്തിലേക്ക് പടർന്നുകയറുന്ന കാഴ്ചയുമാകുന്നു. അവിടെയും കവിയുടെ രാഷ്ട്രീയധാരണകളുടെ അടിത്തറയുണ്ട്. 'അങ്ങനെയും ചിലർ' മരണത്തിന്റെ കിടിലംകൊള്ളിക്കുന്ന സാന്നിദ്ധ്യം അനുഭവിപ്പിക്കുന്നു. 'കഥാവശേഷ' ഒരാത്മഹത്യക്കഥ പറയുന്നു; അതിന്റെ അനിവാര്യദുരന്തങ്ങളുടെയും.

കവികർമ്മത്തിന്റെ, കവിതയുടെ മാന്ത്രികസാന്നിദ്ധ്യം മറക്കാനാവാത്തതാക്കിമാറ്റുന്ന സന്ദർഭങ്ങൾ പലതുമുണ്ട് ഈ കവിതകളിൽ.

ഒരുദാഹരണം 'ജലസമാധി.' ഇതൊരു നിഗൂഢകവിത. ഇതിലെ വാൽനക്ഷത്രപ്പക്ഷി ഈ കവിയുടെ ഏറ്റവും മികച്ച പ്രതീകങ്ങളിലൊന്നും.

'പക്ഷിവേഷങ്ങ'ളാണ് മറ്റൊന്ന്. ഇത് സരസ്വതിയുടെ മികച്ച കവിതകളിലൊന്ന്. കവി പറയുന്ന ഓരോ പക്ഷിവേഷവും നമ്മൾ കടന്നുപോകേണ്ട മനുഷ്യാവസ്ഥകൾ. പക്ഷി എന്നാൽ പക്ഷമുള്ളത്.

ചിറകാണ് പക്ഷിയെ പക്ഷിയാക്കുന്നത്. ആ ചിറക് ഒരിക്കൽ ഒരത്ഭുതം കാണിക്കുമെന്ന് കവി പ്രവചിക്കുന്നു മനുഷ്യൻ ഒരിക്കൽ പൂർണ്ണമാനവികത കൈവരിക്കുമെന്ന വിശ്വാസമാണത്.

ഇങ്ങനെ നിരീക്ഷിച്ചുപോയാൽ ഈ കുറിപ്പു നീളും. അത് ആശാസ്യമല്ല. കവിത അനുവാചകരോടു സ്വയം സംസാരിക്കയാണ് വേണ്ടത്. വായനക്കാരാണ് കവിതയെ മുന്നോട്ടുകൊണ്ടുപോകേണ്ടത്.

അതുകൊണ്ട് ചുരുക്കട്ടെ.

'അടുക്കളച്ചെപ്പിലിട്ടു കാത്തുവയ്ക്കും പൊന്ന്' എന്ന ഒരു ഉപമാനം ഉപയോഗിക്കുന്നുണ്ട് സരസ്വതി. അത്യാപത്തിലുതകാൻ സ്ത്രീകൾ കാക്കുന്ന ഇത്തിരിസ്വത്താണത്. അത് ആരോരുമറിയാതെ പെണ്ണറിവിൽ ഇരിക്കും. വീടിന്റെ കാവൽപോലെ.

അടുക്കളക്കവിത എന്ന് സ്വന്തം കവിതയെ വിശേഷിപ്പിക്കുന്ന സരസ്വതിയുടെ കവിതയുടെതന്നെ സൂചകവുമാണ് ഇത്.

ആറു കൊല്ലത്തോളം മുമ്പുമാത്രമാണ് അവർ കവിതയുമായി വന്നത്. മധ്യവയസ്സിൽ. കവിതക്കമ്പോളത്തിൽ വിലമതിക്കുന്ന രചനാസങ്കേതങ്ങൾ സ്വീകരിച്ചല്ല സരസ്വതിയുടെ എഴുത്ത്. സംസ്കൃതസാഹിത്യത്തിൽ ബിരുദാനന്തരബിരുദമുള്ള ഒരാൾക്കു കാണിക്കാവുന്ന വാഗ്വിസ്മയങ്ങളിലേക്കോ ദർശനാഭ്യാസങ്ങളിലേക്കോ അവർ കടന്നുപോയില്ല.

ഈ നാടിന്, ഇവിടത്തെ ജനതയ്ക്ക്, അവരുടെ മൂല്യങ്ങൾക്ക് അത്യാപത്തിലുതകേണ്ട ചില മൂല്യങ്ങളാണ് ഇവരുടെ കവിതയിലുള്ളത്. മാനവരാശി അതിന്റെ അടുക്കളച്ചെപ്പിൽ കാത്തുവച്ച ചില മൂല്യങ്ങൾ. അവയുടെ ഉദ്ഗാനമായി മാറുന്ന സരസ്വതിക്കവിതയോ നമ്മുടെ കാലത്തിന്റെ അടുക്കളച്ചെപ്പിലെ പൊന്നുതന്നെയെന്ന് ഞാൻ പറയും.

ഈ കവിതകളെക്കുറിച്ച് ഒരു കുറിപ്പെഴുതാൻ സരസ്വതി മുഴുസമയക്കവിയല്ലാത്ത എന്നെ ഏല്പിച്ചതെന്തിനാണാവോ? എന്തിനായാലും ആ ദൗത്യം-അതിനു പിറകിലുള്ള എന്റെ കവിതയോടുള്ള ഐക്യദാർഢ്യം-എന്നെ വികാരവിവശനാക്കുന്നു.

"എന്നിലെന്നൊക്കെ മൗനങ്ങൾ പൂക്കുന്നോ
വാക്കിനാലെന്റെ കണ്ഠവും തേങ്ങുന്നോ
അന്നുമാത്രമെൻ വിരൽത്തുമ്പിലെത്തി
പൊൻനിലാവിൻ വരികളാകുന്നു നീ." എന്നെഴുതുന്ന ഈ കവിയിൽനിന്ന് ഞാൻ ഇനിയും ഏറെ പ്രതീക്ഷിക്കുന്നു.

സരസ്വതിക്കും സരസ്വതിക്കവിതയ്ക്കും അഭിവാദനങ്ങൾ.

സമർപ്പണം

പിച്ചവയ്ക്കും നാൾമുതൽ
ഭാവനയുടെ ലോകം
തിരിച്ചറിഞ്ഞ കുഞ്ഞുമോൾക്ക്

കൂനൻപാറയിലെ ഉറുമ്പുകൾ

കൂനൻപാറയിൽ നിന്ന്
ഉറുമ്പുകൾ പടിയിറങ്ങുന്നു
പാറയ്ക്കപ്പുറം അഴുകിയ
ശവത്തിന്റെ മണംപിടിച്ച്
കുറേ നാളേക്കുള്ള ഭക്ഷണം
തരപ്പെട്ട സന്തോഷത്തിലാണ്
കൂനൻപാറയിലേക്ക് ഉറുമ്പുകൾ
ജാഥയായി യാത്ര തിരിച്ചത്.
ആവേശത്തോടെ,
നിരനിരയായ് മുകളിലേക്ക്,
വീഴാതെ
പരസ്പരം മൂടുതാങ്ങി
ഏന്തി വലിഞ്ഞ്.

പാറപ്പുറത്തെ ടൂറിസക്കാഴ്ചകളുടെ
മൈലേജ് കണ്ടറിഞ്ഞ്
പ്രണയക്കസവിനാൽ മൂടിയ
ഗാന്ധർവ്വക്കിടക്കകളിൽ
മൂക്കുവിടർത്തി
നാക്കുനീട്ടി,
ഡി എൻ എ തെരഞ്ഞ്
ഉറുമ്പുകളെ വിഴുങ്ങിയ
കണ്ണിൻതെളിച്ചത്തിൽ

എസ് സരസ്വതി

ക്യാമറക്കണ്ണുകൾ
കാഴ്ചകൾ ഒപ്പിയെടുത്തു
യൂസ് ആന്റ് ത്രോ ബിന്നിൽ
ചുരുട്ടിക്കൂട്ടി എറിഞ്ഞൊരു
പ്രേമചരിതം കണ്ടെടുത്തു

കുനൻപാറയിൽ നിന്നും
ഉറുമ്പുകൾ പടിയിറങ്ങുന്നു
നിരങ്ങിയിറങ്ങുമ്പോഴും
വഴുക്കാതെ
വീഴാതെ.
താഴെയെത്തിയിട്ടു വേണം
കടിച്ചു പിടിച്ചിട്ടുള്ള
പാറയുടെ രഹസ്യമുട്ട
വിരിയിച്ചെടുക്കാൻ
ചാനൽച്ചട്ടിയിൽ
എരിവ് ചേർത്ത് വഴറ്റണം
ഇളംമാംസത്തിന്റെ
സ്വാദറിയണം
ചൂടോടെ.

ഞങ്ങൾ നിങ്ങളെക്കണ്ട്
കുറേ പഠിക്കാൻ ശ്രമിച്ചു,
വിശ്രമമില്ലാതെ
പണിയെടുക്കുന്നവർ
അനുകൂല കാലാവസ്ഥയിൽ
പ്രതികൂലാവസ്ഥയിലേക്ക്
കരുതുന്നവർ
ലക്ഷ്യത്തിലേക്കുള്ള യാത്രയിലെ തടസ്സം
പുതുവഴിയാൽ മറികടക്കുന്നവർ
ഉറുമ്പോളമുള്ള നിന്റെ ഒരു കടി മതി
ഏതാനയെയും വീഴ്ത്താനെന്ന്.

ഒക്കെ ഞങ്ങൾ കണ്ടു പഠിച്ചോളാം,
പക്ഷേ,
ഏത് പാറയിലും മണം പിടിച്ചെത്തുന്ന
ഈ സ്വഭാവംമാത്രം–
എന്തോ!
ഞങ്ങൾക്കത്ര പിടിക്കുന്നില്ല.

പഴന്തുണി

അലക്കുകല്ലിൽ എല്ലു നുറുങ്ങും
വേദനയുള്ളിൽ സഹിക്കുമ്പോഴും
സോപ്പിൻനീറ്റലെരിക്കും കണ്ണുകൾ
ചെകിടടിയേറ്റ് കലങ്ങിപ്പോകും.

കുതിർത്ത് തല്ലിയ കരളും നെഞ്ചും
തമ്മിൽ തമ്മിൽ കരഞ്ഞു പഴിക്കും
പിടലി പിഴിഞ്ഞ് ഞെരിക്കുമ്പോഴോ
നാഡികൾ പേടിച്ചലറി വിളിക്കും.

പിന്നെ,യിടയ്ക്കിടെ ശ്വാസംമുട്ടും-
വിധമെരിനീറ്റിൽ മുക്കുമ്പോഴും
പ്രാണനുവേണ്ടി പിടയുമ്പോഴും
എന്നിലെയുണ്മ,വെണ്മയിതൊക്കെ
നിന്നിലെയാണ്മയുണർത്താനായി
സർവ്വംസഹതൻ മകളായ് മാറി.

അന്നൊരുകാലം പുതുതായെത്തി
നിന്നുടെയിഷ്ട നിറങ്ങളുമായ്
എന്നിലെ പുതുമണം സിരയിൽ
പടരും ലഹരിയിലന്ന് തുരു-
തുരെ ചുംബന തൂമഴ പെയ്തു.
വാരിപ്പുണർന്നു ചുറ്റിവരിഞ്ഞു

എസ് സരസ്വതി

കെട്ടിമറിഞ്ഞു സെൽഫിയെടുത്തു
പ്രൗഢിയോടെന്നെ കൊണ്ടുനടന്നു.

ഫാഷനിടയ്ക്കിടെ മാറിമറി -
ഞ്ഞു കണ്ണിന്നിമ്പം ചെറ്റുകുറഞ്ഞു
വെളിമേയെന്നെയിറക്കാതായി
നാട്ടാർ കണ്ടാലഭിമാനക്ഷതം.

വീടിന്നുള്ളിൽ മേശ തുടച്ച്, കരി -
ക്കലത്തിന്നടകൾ പിടിച്ച്, നിലം
തുടച്ചു കുഴങ്ങീട്ടൊടുവില-
ടുക്കളക്കരി തിന്നു മടുത്തു.

നിങ്ങൾ തന്നോരഴുക്കിനെയാറ്റാ -
നീ കല്ലിൽ നിത്യം തല തല്ലുന്നു.
ചീന്തിയെറിഞ്ഞു കളഞ്ഞെന്നാലും
കർമ്മം തുടരും മരണം വരെയും.

ഇനിയൊരു വേള, തീയിട്ടാലും
ഭൂമിക്കല്ലം നല്കും വളമാകും
ഞാനടിയുന്നൊരീ മണ്ണിൽ തന്നേ -
യ്ക്കൊരുനാൾ നീയും വന്നേ തീരൂ.

പുതിയൊരു സീതയായുയിരാർ -
ന്നിവിടെ പുതിയ വിഷാദത്തീ-
മഴ പെയ്തെന്നുയിരു തളിർത്തീ-
തരുനിര തെയ്യം തുള്ളുന്നേരം
മണ്ണിലുയിർത്തൊരു പെണ്ണിവളി -
ന്നീ മണ്ണിൽ വീണ്ടുമലിഞ്ഞീടുന്നു.

നഗരത്തിലെ അമ്മ

നഗരത്തിലെ എന്റെ അമ്മയ്ക്ക്
പാലപ്പൂവിന്റെ ഗന്ധമായിരുന്നു.
യക്ഷികളിൽ നിന്നൊളിപ്പിക്കുമെന്നെ
ചില്ലകളാൽ പൂണ്ടുപിടിക്കും.

നഗരത്തിലെ എന്റെ അമ്മയ്ക്ക്
ഓടിത്തളർന്ന കുതിരയുടെ കിതപ്പായിരുന്നു
ആ തളർച്ചയിലും എന്റെ കുതിപ്പിന്
കാലുകളിൽ മുഖമുരസി ത്രസിപ്പിച്ചുകൊണ്ടിരിക്കും.

നഗരത്തിലെ എന്റെ അമ്മയ്ക്ക്
കടലിന്റെ ഇരമ്പലായിരുന്നു
ആഴങ്ങളിലേക്കൊന്നൂളിയിട്ട്
ഒരു മടങ്ങിവരവുണ്ട്
എന്നിലാകെ പടർന്നിറങ്ങി
ഉപ്പുകൊണ്ട് മൂടുമപ്പോൾ.

നഗരത്തിലെ എന്റെ അമ്മയ്ക്ക്
ആകാശത്തിന്റെ വലുപ്പമായിരുന്നു
നരച്ച് പരക്കുമ്പോഴും
വെൺമുലകളിൽ അമൃത്ചുരത്തും
എനിക്കായി മഴവിൽപ്പീലി മുടിയിൽ ചൂടും.

എസ് സരസ്വതി

നഗരത്തിലെ എന്റെ അമ്മയ്ക്ക്
ഇളയുടെ രൂപമായിരുന്നു
അച്ചുതണ്ടിൽ തിരിയുമ്പോഴും
എനിക്കുചുറ്റും കറങ്ങിക്കൊണ്ടേയിരിക്കും
എന്റെ പ്രകാശവർഷത്തെ
ഉടയാടയാക്കി കാത്തിരുന്നവൾ.

നഗരത്തിലെ എന്റെ അമ്മയ്ക്ക്
ചന്ദ്രകാന്തത്തിന്റെ നിറമായിരുന്നു
എന്റെ നിലാവിൽ അലിയാനായി കാത്തിരുന്ന കല്ല്
ചന്ദ്രന്റെ തണുവിലല്ല,
സൂര്യന്റെ ഉരുകിയൊലിക്കുന്ന
ചൂടിനാൽ കരിഞ്ഞുപോയ കല്ല്.

നഗരത്തിലെ എന്റെ അമ്മയ്ക്ക്
എന്റെ ഗ്രാമത്തിന്റെ ഇനിപ്പുണ്ടായിരുന്നു.
പാതിരാത്രിയിലെ
സ്വപ്നസ്ഖലനത്തളർച്ചയിൽ
ഞാനത് ആവോളം പാനം ചെയ്തിരുന്നു
എന്നിട്ടും ഉണർച്ചയിൽ ഞാനത് മറന്നു.

നഗരത്തിലെ എന്റെ അമ്മ
ഒരുനാൾ മരിച്ചു കിടന്നു.
കണ്ണുകളാൽ
എന്റെ സ്വപ്നങ്ങളെ മറച്ചിരുന്നു
ചുണ്ടിൽ എന്റെ യാത്രകളുടെ
രഹസ്യമറിഞ്ഞ പരിഹാസം
മുറുക്കിപ്പിടിച്ച കൈവെള്ളയിൽ
എന്റെ കാവ്യാംഗനമാരെ
പച്ച കുത്തിയിരുന്നു;
മരതകക്കല്ലിൽ തീർത്ത
കിരീടങ്ങളുടെ ശോഭയോടെ.

നഗരത്തിലെ എന്റെ അമ്മയെ
അങ്ങനെ ഞാൻ കൊന്നു.

ഊതിക്കാച്ചിയ ചിന്തകൾ

ഉള്ള് കാച്ചിപ്പഴുപ്പിച്ചൊ-
രുരുവമാക്കിയെടുക്കാനായ്
ഉലയിലിത്തിരി തീ തെരഞ്ഞൊരു
കാലമോർമ്മിച്ചു.

അലകടലിന്നിരമ്പലി-
ലുടലടർന്നലറുമ്പോൾ
അരിയ തണുവായലയണ-
ഞ്ഞന്നാഞ്ഞു പുല്കിയോ!

കനലുറഞ്ഞ് മനമുരുക്കി-
യൊരരിവാളിൻ മൂർച്ചയിൽ
അണിയണിയായ് കൊയ്തെടു-
ത്തോരധികാരക്കതിരിൽ

കുപ്പമാടമതിന്നിരുട്ടിൽ
ചൂട്ടുകറ്റ ജ്വലിപ്പിച്ച്
കരിയടുപ്പിൽ കാച്ചിയാറ്റി
പകർന്നത് സ്വപ്നമല്ലോ!

പണിയെടുത്തു പണിയെടുത്തു
തൃണമായി തീർന്നവർ
പതിതർ തന്നുടെ

എസ് സരസ്വതി

നിറനിലാത്തിരി
തെളിഞ്ഞു കത്തി

അടിമയല്ലവരുടമയായി
പണിയെടുത്ത മണ്ണിന്റെ
കുടിലുവിട്ടിറങ്ങേണ്ട,
തമ്പുരാനെ ഭയക്കേണ്ട

അറിവ് തന്ന് ഇരുളകറ്റി
പൊരുതി നേടാൻ കരുത്തേകി
അരങ്ങിലെത്തീ തരുണിമാരും
കാല്‌വിലങ്ങ് വിട്ടെറിഞ്ഞ്

മനുജരൊന്നെന്നാപ്തവാക്യം
നെഞ്ചിലേറ്റീ നമ്മളൊന്നായ്
പടുത്തുയർത്തിയതല്ലോയീ
നമ്മനാട് മലയാളം.

മതിലുകൾ

പണിതുയർത്തുന്നത്
ഉയരങ്ങളെ കീഴടക്കാനാവണം
സ്വപ്നങ്ങളെ മറയ്ക്കാനാവരുത്.

പണിതുയർത്തുന്നത്
കണ്ണീരിന്റെ ചിറകെട്ടിയാവണം
കാഴ്ചയെ മറച്ചുകൊണ്ടാവരുത്.

പണിതുയർത്തുന്നത്
പുതിയ പ്രതീക്ഷകളിലേക്കാവണം
ചിന്തകളെ തകർത്തുകെണ്ടാവരുത്.

പണിതുയർത്തുന്നത്
മോഹങ്ങളിൽ ചിറകുമുളപ്പിച്ചാവണം
ചില്ലകളെ തകർത്തുകൊണ്ടാവരുത്.

പണിതുയർത്തുന്നത്
താളലയങ്ങളുടെ കൊട്ടാരമാകണം
ഈണങ്ങളിൽ വെള്ളി വീഴ്ത്തരുത്.

പണിതുയർത്തുന്നത്
വെളിച്ചത്തിന്റെ നേരറിവാകണം
ഇരുട്ടിന്റെ കൈക്കരുത്താവരുത്.

പണിതുയർത്തുന്നത്
ചിലത് തകർക്കാനുമാകണം
മതിലുകൾ തകർക്കാനും കൂടിയുള്ളതാണ്.

സർപ്പമാരുതൻ

പുല്ലാഞ്ഞി വള്ളികളിൽ
പടർന്നുകയറിയ സ്വപ്നങ്ങൾ
ഊഞ്ഞാലാടിയാടി
കാവാകെ പടരുമ്പോൾ
വകഞ്ഞുമാറ്റി
നീ കയറിവന്നത്
ആഞ്ഞുവീശുന്ന
കൊടുങ്കാറ്റായാണല്ലോ!

ചില്ലകൾ ഒടിഞ്ഞു വീഴുന്ന
ഓരോ രാത്രിമഴയിലും
കല്ലുകൾ ചിതറിത്തെറിക്കുന്ന
ഓരോ ഭൂചലനങ്ങളിലും
യക്ഷികൾ ചേക്കേറിയ
പാലക്കൊമ്പുകളിൽ
എന്റെ സ്വപ്നങ്ങളുമായി
പുല്ലാഞ്ഞിവള്ളികൾ
തൂങ്ങിയാടി.

ഓരോ ചോദ്യങ്ങളും
ഓരോ കഥകളായ
ജീവിതവഴിയിൽ
നഷ്ടങ്ങൾ നരപ്പിച്ച

വർണ്ണക്കുടകളും ചൂടി
നീ കടന്നുവന്നത്
ചിതലരിക്കാറായ
എന്റെ പുസ്തക -
ക്കൂട്ടിലേക്കാണല്ലോ!

അവസാനിക്കാത്ത
കഥകളുടെ ഉറവിടംതേടി
വേതാളത്തെപ്പോലെ
നീയെന്റെ ജീവനിൽ
തൂങ്ങിയാടി.

കഷ്ടങ്ങളുടെ
ഏറുമാടങ്ങളിൽ
ഞാൻ പെറുക്കിക്കൂട്ടിയ
പുന്നയ്ക്കാക്കുരുവിൻ
കിനാവുകളെ
ചിതറിത്തെറിപ്പിച്ച
വികൃതിക്കുരങ്ങന്റെ
ഭാവത്തിലാണല്ലോ
നീ കടന്നുവന്നത്!

തൂങ്ങിയാടാനും
ചാടിമറിയാനും
നിന്നോളം മിടുക്കില്ലാത്ത
എന്റെ ഹൃദയമരച്ചില്ലയിൽത്തന്നെ
നീ തൂങ്ങിയാടി.

കളിയാട്ടം

ചില ദിനങ്ങൾ നമ്മളിൽ
അക്ഷരങ്ങളായ് ചുവക്കും
ഹൃദയത്തിൻകലണ്ടറിൽ
പതിഞ്ഞങ്ങനെ കിടക്കും

അന്നെന്റെ ഹൃദയം, സ്വയം
ചുവപ്പിനാലൊരു ദിനം കുറിച്ചു
ഓർത്തുവയ്ക്കാനും
കഥ കേൾക്കാനും
നീയെത്തിയ ദിനമാണത്.

പറയുവാനേറെ കൊതിച്ചുവെങ്കിലും
ഒരു മറയ്ക്കുള്ളിലൊതുക്കി,യതെങ്കിലും
ഒരു കൈത്തലമുത്തത്താ,ലൊരു
വിരൽസ്പർശത്താ,ലെന്നിലെ മൗനത്തെ
നീയൊരു കഥയായ് ചമച്ചുവോ!

മൗനമുറയും രാവുകളിലൊന്നിൽ നാം
വിട പറയുവാൻ കാലം കുറിക്കവേ
പറഞ്ഞുതീരാത്ത കഥയിലേക്കെന്റെ
വിരൽ മുറിഞ്ഞു വീണുറഞ്ഞതും

ഇടയിലെപ്പോഴോ നീ പകർന്നേകിയ
ഹൃദയവായ്പിന്റെ വീഞ്ഞിൽ കുതിർന്നൊരെൻ
പ്രണയമാ ലഹരിയിൽ വീണുമയങ്ങിയും
ലഹരി വിട്ടതിന്നുണ്മ തെരയവെ
പുതിയ വ്യാഖ്യാനത്തെരുവുകൾ കണ്ടതും...

അവിടെയെങ്ങും നിൻ തൂലിക കണ്ടില്ല
കഥയിലെൻ പ്രണയപാത്രം മാറ്റി നീ
പുതിയ വേഷത്തിൻ ചുട്ടി കുത്തിച്ചു.

കലണ്ടറിൻ ദിനമിപ്പോൾ ചുവപ്പുപേക്ഷിച്ചു
നരച്ചു തുടങ്ങിയൊരപ്പൂപ്പൻതാടി പോൽ
പറന്നു നടക്കുന്നുണ്ടെൻ
സംഭ്രമക്കാഴ്ചയിൽ.

സൂര്യകാന്തി

മുഖം നഷ്ടപ്പെട്ടവളോട്
സൂര്യകാന്തി പറഞ്ഞു
നീയെത്ര സുന്ദരിയാണ്!
സ്വന്തം മുഖം ദിനവും
ഒരുവന് നേരെ മാത്രം
തിരിച്ചു തിരിച്ച്
മുഖവും ദിങ്മുഖവും
നഷ്ടപ്പെട്ടവൾ ഞാൻ.

അവന്റെ ഉണർവ്വും
ഉയർച്ചയും യാത്രയും
പതർച്ചയും
ഏറ്റുവാങ്ങിയൊരെൻ
മിഴികൾ
നീർ വറ്റി
നിനവ് വറ്റി
നിലാവ് വറ്റി
നീർച്ചുഴിച്ചാല്
മാത്രമായി.

അവന്റെ കിരണങ്ങൾ
കരങ്ങളായ് തഴുകിയില്ല
അവയുടെ ചൂടിൽ എന്റെയീ

മാസ്മരമഞ്ഞ
നരച്ചു പോയതേയുള്ളു.
വീടണയും സന്ധ്യയിലും
ഒരു നോട്ടത്താലെൻ
പിന്തുടരലിനെ
പരിഗണിച്ചതേയില്ല.

എനിക്ക് മനസ്സിലായി
ചോദിക്കാതെ നീ
ചോദിക്കുന്നതെന്തെന്ന്,
എന്നിട്ടുമെന്തേ നീയീ യാത്ര
തുടരുന്നൂവെന്ന്.

അവനീ ലോകത്തിന്നൂർജ്ജമായ്
കത്തിയെരിയുന്നതിനിടയിൽ
മറ്റെല്ലാം മറക്കുന്നൊരു
വിപ്ലവകാരി.
അതാണെന്റെ പ്രണയം
അവനെയിങ്ങനെ.....

എസ് സരസ്വതി

വെയിലുടുത്ത മരുഭൂമി

പെട്ടെന്നാണ് മുന്നിലൊരു
മരുഭൂമി വെയിൽ വിരിച്ചത്
ഒപ്പംതന്നെ അകലെയൊരു
മരുപ്പച്ചയുടെ നാമ്പുമുയർന്നു.

കാതങ്ങൾ എത്ര താണ്ടണമെന്ന
കണക്കെടുപ്പിൽ
കടിഞ്ഞാൺപൊട്ടി
പായുംകുതിരയെപ്പോലെ
ഗുണിതങ്ങളാണ് ജയിച്ചത്.

ഒട്ടകങ്ങൾ ഏന്തിവലിഞ്ഞെത്തുമ്പോഴേക്കും
പച്ചപ്പിന്റെ അവസാനതുമ്പും
ആരുടെയൊക്കെയോ
തൊണ്ടക്കുഴിയും തകർത്ത്
മഹാപ്രവാഹമായി മാറിയിരുന്നു.

ജലസമാധി

വലിയ ആകാശത്തിൽ
കൂടുകൂട്ടാനിടമില്ലാത്തൊരു
വാൽനക്ഷത്രപ്പക്ഷി
പറന്ന് പറന്ന് തളർന്ന്
ഒടുവിൽ
മഹാസാഗരം
അഗാധമാമൊരു
ചുഴിയിലൊരുക്കിക്കൊടുത്ത
കൂട്ടിൽ
എല്ലാ ആയാസങ്ങളുമിറക്കിവെച്ച്
ഇതുവരെ കാണാത്ത
സ്വപ്നങ്ങളും കണ്ട്
നിറങ്ങൾ മാത്രം
കണ്ണിൽ നിറച്ച്
ഉറക്കത്തിലേക്ക്
ഊളിയിട്ടു.

സൂര്യന്റെ കനലിലെരിഞ്ഞ്
ചന്ദ്രന്റെ മറവിൽ കരിഞ്ഞ്
ഏത് താപത്തെയും
ഏറ്റുവാങ്ങാൻ
കരുത്തുള്ളൊരു
മനവുമായി...

സൂര്യചുംബനം

പകലൊടുങ്ങും നേരം
സന്ധ്യതൻ ചുവപ്പും
ചീവീടിൻ ചിലപ്പും
കണ്ണും കാതും
ആവാഹിച്ചപ്പോൾ
നിൻരൂപവും
ശബ്ദവും
അകലെയാ
നീലാംബരത്തി-
ലൊരുക്കിയ
മേഘപ്പന്തലിൽ
കാഴ്ചശീവേലി
തുടങ്ങിയിരുന്നു.

രാഗങ്ങൾ
തളിർക്കുകയും
വർണ്ണങ്ങൾ
പൂക്കുകയും
ഹൃദയങ്ങൾ
പാടുകയും
ചെയ്യുന്ന രാവ്

നീലാംബരിയിൽ
നീ പകർന്നുതന്ന
വിസ്മയം
എന്നിലെ
കൊടുങ്കാറ്റിനെ
തടഞ്ഞ്,
മേഘവർഷിണിയിൽ
തണുപ്പിച്ച
പാതിരാവ്.

ഞാനും എന്റെ
നിനവുകളും
മുങ്ങിച്ചാവും
പുലരിയിൽ
നീയൊരു
സൂര്യനായ്
വീണ്ടും
നിന്നാകാശത്തിൽ
നക്ഷത്രങ്ങളെ
നിഷ്പ്രഭമാക്കിയിരുന്നു.

പക്ഷിവേഷങ്ങൾ

നിറം മങ്ങിയ ഓർമ്മകളിൽ
തല പൂഴ്ത്തിയിരിക്കവെ
ഞാനൊരു
ഒട്ടകപ്പക്ഷിയായി മാറും
ചിലനേരം.

ആകാശത്തിന്റെ അനന്തതയിലേക്ക്
ചിന്തകൾ
പറക്കാനനുവദിച്ച്,
കൂടുവിട്ട കുഞ്ഞുങ്ങളെ
കാത്തിരിക്കുന്ന
തള്ളപ്പക്ഷിയാകും
ചിലപ്പോൾ.

മനുഷ്യൻ വാരിവിതറിയ
നെറികേടുകളുടെ
എച്ചിലുകൾ കൊത്തിത്തിന്ന്
അവനിലെന്തെങ്കിലും
മാറ്റമുണ്ടാകുന്നോ എന്ന
ചരിഞ്ഞുനോട്ടത്തിലെ
കാവതിക്കാക്കയു-
മാകുമൊരുനാൾ.

ഇണങ്ങിച്ചേർന്നിരിക്കവെ
ഇണയെക്കൊന്നവനെങ്കിലും
വിശപ്പാൽ വിഷമിക്കുന്ന വേടന്
ഇരയായി
സ്വയം സമർപ്പിക്കുന്ന
ക്രൗഞ്ചപ്പക്ഷിയുമാകാമിനി.

ദിഗന്തങ്ങളിലെ
വെടിയൊച്ച
മേഘഗർജ്ജനമെന്ന്
വെറുതെ സ്വപ്നംകണ്ട്
പീലിവിടർത്തിയൊരു
നൃത്തമാഗ്രഹിക്കുന്ന
മയൂരമാകും ചിലപ്പോൾ.

കഥ പറയും കിളിമകളല്ല,
ചിലരുടെ ഭാവി ചൊല്ലാൻ
കൂട്ടിലടച്ച തത്തയായും മാറും.

പകർന്നാട്ടങ്ങളൊക്കെ
ഈ ചിറകുകളുടെ പ്രതീക്ഷയിലാണ്.
ഒരുനാൾ
എല്ലാം വീശിയെറിഞ്ഞൊരു പറക്കലുണ്ട്.
ചിറകില്ലെങ്കിൽ പിന്നെന്ത് പക്ഷി!

അങ്ങനെയും ചിലർ

ചിലർ അങ്ങനെയാണ്
ഓർമ്മകൾക്ക് തീപിടിപ്പിച്ച്
പെട്ടെന്നൊരു ദിനം
വെള്ളത്തിൽ
മുങ്ങാംകുഴിയിടും
പൊങ്ങിവരവും
കാത്തിരുന്നാൽ
ചിന്തകൾ കത്തിത്തീരും

ചിലർ അങ്ങനെയാണ്
ഊളിയിട്ടുപോകും
ചിന്തകളെ
ചെളി പുതപ്പിച്ച
അടിത്തട്ടിൽ നിന്നും
തപ്പിയെടുക്കും
തെളിനീരിൽ
കുളിപ്പിച്ച്
ഫ്രെയിംചെയ്ത്
പൂമാല ചാർത്തി
ഹൃദയഭിത്തിയിൽ
പ്രതിഷ്ഠിക്കും

ചിലർ അങ്ങനെയാണ്
കാണെക്കാണെ
ഇല്ലാതെയാവും
ദൂരെയേതോ
ഭൂതക്കാടുകളിൽ
ഓർമ്മപ്പൂക്കളെ
തെരയാൻ പോവും
നിറം മങ്ങിയ
പൂക്കളാലൊരു
റീത്ത് തീർക്കും
മറവിയുടെ
ശവപ്പെട്ടിക്ക്
മുകളിൽ വച്ച്
അജ്ഞതയുടെ
മൂടുപടമണിയും.

കാറ്റ്

മുറുകെ പുണരുമ്പോഴും
വഴുതിയിറങ്ങുന്നൊരു കാറ്റ്
തിരിഞ്ഞുനോക്കാതങ്ങനെ
കറങ്ങി നടക്കുന്നുണ്ട് ചുറ്റിലും
പുതുമണം ലഹരിയാക്കും
ചുണ്ടിലൂറ്റിയുണക്കും
പൂക്കളെ മോഹിനികളാക്കി
നൃത്തം ചെയ്യിക്കും വിരുതൻ.

കഥാവശേഷ

കഥയില്ലാത്തൊരു പെണ്ണ്
കഴുത്തിലൊരു കുരുക്കിട്ട്
കാത്തിരുന്ന കഴുകന്മാർക്ക്
കഥയുണ്ടാക്കിക്കൊടുത്തു
കാരണമറിയാത്തോർ
കാരണവരെത്തേടി
കാരിരുമ്പിന്നൊച്ച കേട്ടു
കാലിലൊരു കുരുക്കും വീണു.

ദുഃഖവെള്ളി

ഇന്നലെ
അവസാന അത്താഴത്തിന്
നിന്നെക്കാണുമ്പോൾ
നിന്റെ മുഖതേജസ്സാണ്
ഞങ്ങളൂറ്റിക്കുടിച്ചത്
ഇന്നത്തെ
കുരിശിലേറ്റത്തിന്
നിനക്കതാവശ്യമില്ലല്ലോ
ഞങ്ങൾക്കിന്ന്
ദുഃഖവെള്ളിയും.

മൂന്നാം നാൾ
ഉയിർത്തെഴുന്നേല്ക്കുമ്പോഴേക്കും
നിനക്ക്
പുതിയ മുഖം,
പുതിയ കാഴ്ചകൾ.
സൂക്ഷിക്കുക!
ഞങ്ങൾ
പഴയ ഊറ്റുകാർ തന്നെയാവും
അപ്പോഴും.

ലോങ് മാർച്ച്

നീണ്ട യാത്രയ്ക്കുള്ള
തയ്യാറെടുപ്പിലാണ് ഞാൻ
കരയും മലയും പുഴയും
ചിലപ്പോൾ കടലും താണ്ടണം.

അർദ്ധനഗ്നനായ ഫക്കീറിന്റെ
ഊന്നുവടി കൈയിലെടുത്തു
ആദ്യവെടിയുണ്ടയിൽ
തെറിച്ചുപോയതാണ്
ആഞ്ഞു നടക്കാനുള്ള
ബലം നല്കാൻ
ഇപ്പോഴും അതിനുകഴിയും.

ഭഗത്സിങ്ങിന്റെ
മുഷ്ടിയുടെ കരുത്ത്
ഒരു ഇൻക്വിലാബ് വിളിയിലൂടെ
പരീക്ഷിച്ചുറപ്പിച്ചു
ഉത്തംസിങ്ങിനെ
നന്ദിയോടെ സ്മരിച്ചു.
ബാബാ ഭീമിനൊരു
നീല സല്യൂട്ട് നല്കി

എസ് സരസ്വതി

നിശ്ചയദാർഢ്യത്തിന്റെ
ഭരണഘടനയെ
നെഞ്ചോടു ചേർത്തു
ലക്ഷ്യത്തിലേക്ക് മാർച്ച് തുടങ്ങി...
പൊള്ളിയടർന്ന
പാദങ്ങളുമായി
എന്റെ രാജ്യവും
എന്നോടൊപ്പം നടക്കുന്നതായി
ഞാൻ സ്വപ്നം കണ്ടു.

കനൽപ്പെണ്ണ്

എരിതീയിൽ എനിക്കു നിന്നെ
പുണർന്നു കത്തിജ്ജ്വലിക്കണം
കനലെരിയുമകതാരിൻ
നിണമണിഞ്ഞു തുടിക്കണം.

പഴഞ്ചൊല്ലിൻ കഥകളിലും
സത്യമുണ്ടതു തെരയണം
മറന്നുപോയ വീഥികളിൽ
പുതുചരിതമെഴുതണം.

അകന്നുപോയ മേഘമാകെ
മഴവില്പീലി വിടർത്തണം.
കരുത്തുകാട്ടും കരിമുകിലിൻ
പെരുമഴയിൽ കുളിരണം.

പുതുമണ്ണിൻ വിളവെടുപ്പിൽ
പഴമ തെരഞ്ഞു പോകണം
ജനിമൃതിയിൽ തുടരുന്ന
സത്യമൊന്നുണ്ടതറിയണം.

കുടത്തിലടച്ച് ഭൂതമാക്കി
പുറംലോകമതിരുട്ടാക്കി
മൂടി തട്ടി പുറത്തു പോരൂ
പെൺകനവേ! താരകമേ!

ലേലം

പണയപ്പെടുത്തിയ
ഓരോ ആഭരണവും
ജീവിതത്തിന്റെ
വിലപ്പെട്ട
ദിനരാത്രങ്ങളായിരുന്നു.

അദ്ധ്വാനത്തിന്റെ
തീച്ചൂളയിൽ
ഉരുക്കിയെടുത്ത
സ്വപ്നങ്ങളായിരുന്നു.

കർക്കടകക്കരിക്കാടിയിൽ
മിച്ചംവെച്ച
വിശപ്പിന്റെ രോദനമായിരുന്നു.

വസന്തഋതുവിൽ വിടരുന്ന
സൗവർണ്ണപ്രതീക്ഷകളായിരുന്നു.

ഇരുട്ടുമറയുടെ
ലോക്കറിൽ
ഒരിക്കലും
തിരിച്ചെടുക്കാനാവാത്ത
സങ്കടത്തിന്റെ
കടഭാരത്താൽ
കണ്ടുകെട്ടിയ
പണയവസ്തുവായി
ഇപ്പോളവ
വിലപേശലിനായി
കാത്തിരിക്കുകയാവും!

നിയോഗം

ഒറ്റയ്ക്കാവുകയെന്നാൽ നീയൊരു
മഹാവൃക്ഷമായെന്നു ധരിക്കുക
പിഴുതെറിയാൻ ശ്രമിക്കും വേരുകൾ
ആഴത്തിലാഴ്ത്തിയാഴ്ത്തി
നിൻ തായ്‌വേര് തിരയുക.

വെട്ടിമാറ്റാനായും കൈകളെ
വട്ടംചുറ്റിപ്പിടിക്കുക
പിളർത്താനാഞ്ഞ കായത്തിൽ
നിൻ കാതൽ ഉറപ്പിക്കുക.

അരിഞ്ഞുവീഴ്ത്തും ചില്ലകളിൽ
നിൻ ഹരിതശോഭ പടർത്തുക
കരിയുന്ന ശിഖരങ്ങളിൽ
നിൻ സ്വപ്നങ്ങളെ പുഷ്പിക്കുക.

പകർച്ചവ്യാധിതൻ ഹൃത്തുകളിൽ
അണുനാശിനിയായ് പുകയുക
കാലം കരുതി വയ്ക്കുന്നോരോ
നിയോഗമെന്ന് ധരിക്കുക.

കാലം സാക്ഷി

കണ്ണാടിയൊന്നിൽ പലരാകുന്നു നാം
മാന്ത്രികലോകത്തെ കാഴ്ചയല്ലയോ
അകത്തു ഞാനും പുറത്തു നീയുമായ്
കണ്ണുപൊത്തിക്കളിക്കുന്നു കാലം.

യാത്രതൻ ലക്ഷ്യമൊന്നല്ലയെങ്കിലും
ഒറ്റച്ചക്രത്തിൽ തിരിയുന്നവർ നാം
കാലക്രമത്തിനൊപ്പം കറങ്ങുന്നു
ജീവിതം ട്രപ്പീസ്കളി തന്നെയല്ലേ !

നേരാംരേഖയിലെത്തുന്ന നേരത്തും
ഗ്രഹണകാരകരാവാതെ നോക്കുവോർ
പരസ്പരം കണ്ണിണകൾ കോർക്കാതെ
ഇരുധ്രുവങ്ങളിൽ ദൃഷ്ടി പായിക്കുവോർ.

നിനവിലെത്തുന്ന വിരുന്നുകാരായ്
വന്നുപോവുന്നിടയ്ക്കിടയ്ക്കിങ്ങനെ
സുഖദസുന്ദരമായൊരു സ്വപ്നം
പൊതിഞ്ഞ് സൂക്ഷിച്ചു, നോവാണതെങ്കിലും.

ഇരുളുവാർന്നൊഴുകിയിറങ്ങിയീ
നറുനിലാവിന്നരുവിയായതും
പുഴയിലന്നത് പുനർജ്ജനിച്ചതും
മോക്ഷഗുഹയിലൂടൂർന്നിറങ്ങിയും.

ശരത്ഹേമന്തഗ്രീഷ്മവസന്തങ്ങൾ
വഴിയൊഴുക്കിൻ തടയണകളെ
മറികടന്നാർത്തൊഴുകിയെത്തിയാ
നനുത്തപാദങ്ങളാഞ്ഞുപുല്കുവാൻ.

പതനമത്രമേലാഘാതമാണെ-
ന്നറിയാതൊഴുക്കിൻ ശൗര്യം കൂട്ടിയോ
കടലിന്നാഴമിത്രയ്ക്കഗാധമെ-
ന്നാരറിയുന്നു! കാലം വെറും സാക്ഷി. .

പുനർജ്ജനി

ചുട്ടുപൊള്ളും കനലിലേക്കു
തെളിനീർ തൂവിയ മേഘമേ!
ആറിത്തണുത്താലും
ഉറഞ്ഞുകൂടും
വീണ്ടുമൊരു
കനലിന്നുള്ളം തണുപ്പിക്കും
നീർമണിയാകുവാൻ.

മനം മുറിഞ്ഞൊരു മുറിവിൽ
തെന്നലിൻ തൈലം
തുള്ളിയായിറ്റിച്ചു
മൃദുവായ് തലോടി,
താലോലമാട്ടിയൊരു
കുഞ്ഞിനെയെന്നപോൽ.
തിരികെയെത്തുമൊരു
വെൺചാമരമായ് വീണ്ടും
തപിക്കും മനസ്സിനെ,
വീശിത്തണുപ്പിക്കുവാൻ.

നിഴലൊരു പുതപ്പായ്ച്ചുറ്റി
നിന്നിലേക്കടുപ്പിച്ചിതെപ്പൊഴോ!
നിലാവിൻ തണുവിലും
തുള്ളിപ്പനിക്കുന്നുണ്ടിപ്പോഴും
എങ്കിലും, ഞാനാശിക്കുന്നു
മുന്നേ നടക്കുമൊരു
നിഴലാകുവാൻ,
നിൻ പദങ്ങൾക്ക്
കരുത്തായി മാറുവാൻ!

അക്ഷരായുധം

കവിതയെന്താണെ,
നിക്കെന്റെ ജീവനോ!
കവന ദീപ്തിയോ കാവ്യപ്രപഞ്ചമോ!
കരയുമാത്മാവിൻ കാവലാളായതോ
കദനമാകെ
മറയ്ക്കുന്ന മന്ത്രമോ!

കവികൾ കാലത്തിൻ
കാല്പാടു തീർത്തവർ
കനവിൽ വന്നോരോ
കല്പന തന്നിടും
കരവിരുതിൽ നീ കാലത്തെ വെല്ലണം
കരതലത്തിലമരട്ടെ കല്പന!

കണ്ണിനും കാതിനും കൂർമ്മത കൂട്ടണം
കരുതിയിരിക്ക, കരളുറപ്പോടെ
കാടും കടലും കനിവും കനികളും
കാത്തുവയ്ക്കുക കവിതയിലെങ്കിലും.

കഴിയുമോയെനിക്കീ കലികാലത്തിൽ
കരുണയുള്ളൊരു കാലം വിടർത്തുവാൻ
കനലു കത്തുന്നതുണ്ടെന്റെയുള്ളിലും
കരവാളുപോലെ മിന്നുന്ന വാക്കിലും.

ഒറ്റമരം

ഒറ്റമരത്തിൻ കരുത്തുമായ് നിന്നവൾ
ഒറ്റയ്ക്ക് നേരിടുന്നേതാതപത്തെയും
മണ്ടത്തരങ്ങളെ കാണാതെ പോകില്ല
മണ്ടയില്ലാത്തൊരു തെങ്ങുപോലല്ലവൾ.

ഭാരം ചുമന്നു കഴുത്തു വളഞ്ഞവൾ
ഘോരപരിസരമൊക്കെ കടന്നവൾ
തോരാതെ പെയ്യും കരിമേഘക്കണ്ണുകൾ
ചെങ്കനൽ കാണാമാക്കണ്ണുകൾക്കുള്ളിലും.

ശങ്കയില്ലാതെന്തും ചൂണ്ടിപ്പറയുന്നോൾ
പങ്കമില്ലാത്ത മനസ്സിന്നുടമയും
ആപത്തിലാകുന്ന നിസ്വജനത്തിനു
താപമകറ്റുന്ന ശീതളമാരുതൻ.

പ്രീതിയും ഭക്തിയും കാര്യസാദ്ധ്യത്തിന്നു
പ്രായേണ കാണിക്ക വയ്ക്കുന്നവളല്ല
തൊള്ള കരിക്കുന്ന കന്നി വെയിലിലും
ഉള്ളംനിറയ്ക്കുന്ന തേൻകരിക്കല്ലയോ.

പ്രണയച്ചൂണ്ടയിൽ കൊത്താതിരിക്കുവോൾ
പ്രിയമായൊന്നിനെ കാമിച്ചു നിന്നവൾ
വൻമരമായാലും പൊള്ളയാണുള്ളെന്നാ-
ലംഗീകരിക്കാത്ത നന്മമരമിവൾ.

മൊഴിയാഴി

പെട്ടെന്നൊരു ദിനം ദർശനം തന്നെന്നെ
ഞെട്ടിച്ചുകൊണ്ടെന്റെ കൊച്ചുമൺകൂരയിൽ
വന്നു നീയെൻനാവിൽ വാക്കിന്നിനിപ്പല്പ-
മിറ്റിച്ചുതന്നതെന്തത്ഭുതം വാങ്മയീ.

ഇപ്രപഞ്ചത്തോളമാളിപ്പടർന്നൊരാ
കാവ്യലോകത്തിൻ പടിപ്പുരമുറ്റത്തെ
മൺതരിപോലുമെൻ സ്പർശനമർഹിക്കു-
ന്നില്ലെന്ന സത്യത്തെ ഞാനറിഞ്ഞീടുന്നു.

അക്ഷരമെൻ നാവിലാശാൻ കുറിച്ചിട്ടൊ-
രമ്പതു വർഷം കൊഴിഞ്ഞുവീണെങ്കിലും
കാവ്യാംഗനേ! നിന്റെ മാസ്മരസൗന്ദര്യ -
മൊട്ടുദൂരത്തു ഞാൻ നോക്കിനിന്നേയുള്ളു.

എന്നിട്ടുമെന്തെന്റെ ജീവിതാന്ത്യത്തിലെൻ
പൊള്ളുന്ന നെറ്റിയിലുമ്മ നല്കാൻ വന്നു!
കാവ്യലോകത്തിൻ കെടാവിളക്കിലായൊ-
രുതുള്ളി നെയ് ഞാനുമർപ്പിച്ചുകൊള്ളട്ടെ!

ആട്ടം തുടരാനൊരുചെറു കൈത്തിരി
പോരു, മെനിക്കിനി,യേതോരരങ്ങിലും.
ആടിത്തളരുമ്പോളെൻ പ്രാണനാളമായ്
മാറണം നീ; യതെന്നന്തിമ സ്വപ്നമാം

പ്രണയം

പ്രണയമൊരു
നീരൊഴുക്കു പോലെ
നല്ല ഉറവകൾ
സൃഷ്ടിക്കപ്പെടുന്നിടത്ത്
അനർഗ്ഗളം
ഒഴുകിക്കൊണ്ടിരിക്കും
തരിശാക്കുന്നിടത്തത്
ആത്മഹത്യ ചെയ്യും.

പാവ് നെയ്യുന്ന
താളത്തിൽ
ഊഞ്ഞാലാടും
ഇഴകൾ പിരിയാതെ
കണ്ണും മനസ്സും
ഒരേ ദിശയിൽ
ചേർത്തുവയ്ക്കണം
വർണ്ണങ്ങൾ നന്നായി
തേച്ചുപിടിപ്പിക്കണം
ഊതിക്കാച്ചിയ
കസവിനാൽ
തിളങ്ങുമത്.

എസ് സരസ്വതി

കാൻവാസിലെ
ചിത്രങ്ങൾക്ക്
മിഴിവേകും നിറമായ്
ബ്രഷിന്റെ താളത്തിൽ
കയറിയിറങ്ങി സഞ്ചരിക്കും.

മിഴിയൊന്നടഞ്ഞാൽ
മനമൊന്ന് പിടഞ്ഞാൽ
നൂൽ പിടിച്ച അതിരുകൾ
വികൃതമാകും.

ഉൾപ്പൂവിൽ
കോറിയിട്ട
ചിത്രങ്ങൾക്കും
ജീവൻ നല്കും.

ജീവന്റെ
ഉപ്പ് ..
ഉണ്മ ..
മറ്റെന്തൊക്കെയോ!

അകംപൊരുൾ

അരിക് ചേർന്നവർ
അരികിലെത്തവേ
അലിവ് തോന്നുവോർ
അകന്നുവോ
അതിന് മാത്രമീ
അവനിയിലിന്ന്
അകഴി കെട്ടുവോർ
അധികമോ!

ഇരവിലെന്നും
ഇവർ കഴിഞ്ഞത്
ഇരുട്ടിലാണെന്നറിയുക.
ഇനിയിവരുടെ
ഇടർ അകറ്റി
ഇളംമുറക്കാരാക്കുക

ഉഴവു കൊണ്ടിവർ
ഉഴുതുണർത്തിയും
ഉർവ്വരത
ഉയർത്തിയും
ഉണർവ്വു നേടിയ
ഉലകമെങ്ങനെ
ഉപവിയില്ലാതുലയുന്നു.

എസ് സരസ്വതി

എവിടെയാണിനി
എളിമയാർന്നൊരു
എഴുത്തിലിവരെ
ഏറ്റുക!
ഏതു ദേശവും
ഏത് കാലവും
ഏകുമിവർക്കിനി
ഏകത!

ഒരിടത്തുമിവർക്കിനി നാം
ഒരതിര് തീർത്തിടാതാകണം
ഓർത്തിടുമ്പോളോർമ്മകൾക്ക്
ഓളമേകുവോരാകണം.

അറിവ് നല്ലൊരുറവയായി
ആഴ്ന്നിറങ്ങണമിവരിലും
അതിന് നമ്മിൽ സന്മനസ്സും
അലിവുമൊന്നായ് ചേരണം.

വെയിൽക്കോലം

കണ്ണേ! തുറക്കുക,
നോക്കുകെൻ മിഴിയിലേക്കായിരം
രൂപത്തിൽ നിന്നെയതിൽ കാണാം.
ആവാഹിച്ചെടുക്കുക
നീ കാണും കാഴ്ചകളിലെന്റെ
മോഹങ്ങൾ തളിരിടും പൂക്കളെ
ദൂരെ, കാർമേഘച്ചിപ്പിയിലൊളി -
ച്ചൊരെൻ മിഴിനീർ മുത്തുകളെ.

മിന്നലായിടയ്ക്കെൻ
കണ്ണുകളിൽ തീ പൂട്ടുന്നതും,
വിങ്ങലിന്നൊച്ചയിലെൻ
ഹൃത്തിലൊരു
വെള്ളിടി വെട്ടുന്നതും
കാണുക,യെൻ ഹൃദയമേ!
കൂട്ടുക, എന്നെയും
നിൻ നിനവിലങ്ങനെ.

മദ്ധ്യാഹ്നമായ്...
നിൻ കാഴ്ചയിലെവിടെയും
കരിഞ്ഞു പോയൊരെൻ
സ്വപ്ന ലതകളെ കണ്ടീല?
കനിവ് തേടുമൊരരുവിയായ്

എസ് സരസ്വതി

നീണ്ടു പോമെൻ വേരുകൾ
നിൻപദങ്ങളെ
തെരയുവതറിഞ്ഞുവോ?

പോരുക, ചേർത്തു പിടിക്കുക,
മനസ്സിൽ
ദിനരാത്രങ്ങളായുർപ്പൂവിൽ വിടർന്ന
താപാഹ്ലാദവല്ലരികളെ
ചുടുക,യെൻ കിനാവല്ലിയാം
മുടിപ്പൂക്കളായ് മാറ്റുക.

അഗ്നിശരം

കാരളുറപ്പുള്ളൊരു മനസ്സു തേടി
കനകമലയാകെയലഞ്ഞ കാലം
കമനീയ മുഖങ്ങളുള്ളാർക്കുമെന്റെ
കദനമകറ്റുന്ന കരങ്ങളില്ല.

കരഞ്ഞു കലങ്ങിയെൻ കണ്ണിൽനിന്നും
കരുമനയാലൊരു കണയെറിഞ്ഞു
കനകമലയാകെ കരിഞ്ഞ വേള
കെടുത്തിയെന്നുള്ളമക്കനലിനേയും.

ഇരുളും വഴിയിൽ പതിഞ്ഞു കിടന്ന
പദങ്ങളെ പിന്തുടർന്നു പോകവെ
വളർന്നു വലിയൊരു സത്യമായ,തിൽ
തെളിഞ്ഞ രൂപത്തെ സ്വയമറിഞ്ഞുടൻ.

കുടഞ്ഞ പകലിന്റെ നെറുകയിലന്ന്
പകർത്തി, ഞാനതിൻ ബദലിനെത്തേടി
ഇടഞ്ഞ കൊമ്പുകളുഴവുചാലാക്കി
വിതച്ചു പുതിയ കതിർമണി സ്വയം.

ചിതാനന്ദം

തൻചിതയ്ക്കു സ്വയം തീ കൊളുത്തിയ -
തിൻദഹനമുറപ്പിച്ചൊരു ശവം
വ്യർത്ഥമായ തൻ മോഹങ്ങളെപ്പോലെ
അർത്ഥമില്ലാതടിയുന്നു ചാരമായ്.

കുന്നിലേറ്റി പെരുംകരിങ്കല്ലിനെ
ഉന്നമില്ലാതുരുട്ടി വിട്ടിട്ടഥ
പൊട്ടിച്ചിരിക്കുന്ന ഭ്രാന്തചിത്തം പോൽ
പൊട്ടിയാമിവളൊക്കെക്കളയുന്നു.

ഇന്നലെയോളമാർജ്ജിച്ചതൊക്കെയും
ഇന്നു ജീവന്റെയൂർജ്ജമതായതും
നാളെ നാടിന്റെ ജ്വാലയായ് മാറേണ്ട
നാളമൂതിക്കെടുത്താനെളുപ്പമാം.

കുറ്റപ്പെടുത്തുവാനെന്തെളുപ്പമാ-
ണൊറ്റയ്ക്കതേറ്റുവാനേറ്റം പ്രയാസം
മല്പിടിത്തത്തിന്നു ശേഷിയില്ലാത്തോർ
മത്സരമില്ലാ ലോകം തിരയുന്നു.

സന്ധ്യയാം ചിത വെന്തെരിയുന്നേരം
അന്ധനായ് സൂര്യനാഴിയിലാഴ്ന്ന പോൽ
നോവു പാടി കരഞ്ഞൊരെൻ പ്രാണന്റെ
നാവു ചീന്തി വിഴുങ്ങുകയാണു ഞാൻ.

ഉൾഖനനം

ഭൂമിയോളം
താഴ്ന്നവളോട്
ഭൂമി ചോദിച്ചു
നിന്നിൽ
നീരും നിധിയും
അല്പമെങ്കിലും
ബാക്കിയുണ്ടോ?

അധിപന്മാർ
വറ്റിക്കും നീരിൽ
നിൻ ഞരമ്പുകൾ
പിടയാറുണ്ടോ?
എന്നെപ്പോലെ
വരണ്ടുണങ്ങി
നിൻ മേനിയും
വിണ്ടുകീറിയോ!

നിധിതൻ
പേടകം തേടി
തുരന്നു തീർത്തുവോ
നിൻ ജീവിതം?
അരുതെന്ന് പറയാൻ
നീയും ക്ഷമയ്ക്ക്
പുകഴ്പെറ്റവളല്ലേ!

എസ് സരസ്വതി

അവൾ പറഞ്ഞു
നിന്നെപ്പോലെ
നീറിപ്പുകയുമ്പോഴും
പൊട്ടിത്തെറിക്കാൻ
വെമ്പിനില്ക്കുന്ന
ഒരഗ്നിപർവ്വതമു-
ണ്ടെന്റെയുള്ളിലും

മാനവികം

മണ്ണിലങ്ങിടിഞ്ഞുതാണു
വന്നതെന്തു മരണമേ
വിണ്ണിൽ നിന്നിറങ്ങി
വന്നതെത്ര ക്രൗര്യമോടെ നീ
എന്തതിന്നു കാരണമിന്നി-
തൊറ്റദിനം കൊണ്ടു നീ
കൊണ്ടുപോയതെത്രയെന്റെ
സോദരങ്ങളെത്തടാ.

അദൃശ്യനായൊരണുവിനാൽ
ഭയപ്പെടുത്തവേണ്ട -
നീയെന്നൈക്യമോടെതന്നെ -
യിത്രനാളും പൊരുതിയോർ
പേർമഴയിൽ തേർച്ചയായി
പ്രളയവും ദുരന്തവും
ക്ഷിപ്രകോപിയായടിച്ച
ഓഖി,പിന്നെ നിപയെയും
ഒത്തുചേർന്നു പൊരുതി ഞങ്ങൾ
നാടിനെയുയർത്തിയോർ
എത്രയഭിമാനമെന്റെ നാടിൻ
സ്ഥൈര്യമോർക്കുകിൽ.

എസ് സരസ്വതി

തോല്ക്കയില്ലയേതുശസ്ത്ര-
മേറ്റു നിങ്ങൾ വരുകിലും
ഊറ്റമോടെയൊക്കെയതിനെ
പേർത്തു ഞങ്ങൾ നേരിടും
വറ്റുകില്ല നമ്മിലുള്ള
കരുണയും കരുതലും
ചേർത്തു നിർത്തും
മാനവികമൂല്യമതിൽക്കൂടി നാം.
വർഗ്ഗമേതു ജാതിയേതു
വേർതിരിക്കാൻ നോക്കവേണ്ട
പൊയ്മുഖങ്ങളൊക്കെ
യതിൽ തകർന്നിടും തകർത്തിടും

ഉള്ളുരുക്കങ്ങൾ

അടിമുടി വിറച്ചു തുള്ളും
വെളിച്ചപ്പാടിനെപ്പോലെ
പനിക്കുന്നു വിറയ്ക്കുന്നു
രാവെല്ലാം കനക്കുന്നു.

നഷ്ടബോധത്തിൻ
പള്ളിവാളുകൾ
ചെന്നിക്കുത്തായാഞ്ഞുവീശി
പതിക്കുന്നു നെറ്റിയിൽ,
തിരുനെറ്റിയിൽ.

ആവേശത്തോടെ
മുന്നോട്ടാഞ്ഞ്
കുതിക്കാൻ
ശ്രമിക്കുന്ന
ജീവിതത്തെ
തള്ളി മാറ്റി
മുഖത്തേക്ക്
ചീറിപ്പാഞ്ഞ
നിണമപ്പോൾ
വികൃതമാക്കിയ -
തിത്രനാളും
സൂക്ഷിച്ച
മൂടുപടമായിരുന്നു.

എസ് സരസ്വതി

അടുക്കളച്ചെപ്പിലിട്ട്
കാത്തുവയ്ക്കും
പൊന്നുപോലെ
നെഞ്ഞെരിവൊരു
കറുത്ത പൊന്നായ്
സൂക്ഷിച്ചു നാളുകളായ്.
പഴക്കമേറവേ
ഉള്ളുരുക്കിന്നെരിവ്
കൂട്ടാൻ മിടുക്കത്തി.

മനമറിയാതെപ്പോഴോ
അതിലൊരെണ്ണം
പൊട്ടിയപ്പോൾ
ആരുമറിയാതെന്നുള്ളിൽ
ഞാൻ നട്ടുവളർത്തിയ
സങ്കടത്തിൻ
ബോൺസായി
മൂടോടെ പിഴുതെറിഞ്ഞത്
പുറത്തേക്കായിരുന്നല്ലോ.

ഫുട്ബോൾ

നിന്റെ പാദങ്ങളെ
ഒന്ന്ചുംബിക്കാൻ
ഹൃദയമിടിപ്പോടെ
ഞാനെത്ര ഉരുണ്ടു!
എത്ര തട്ടിക്കളിച്ചിട്ടും
അവർക്കെന്റെ
ആത്മാവിനെ
ഒന്നു തൊടാനായിട്ടില്ല.

അവരുടെ
പാദങ്ങൾക്കിടയിലൂടെ
നിന്റെ പാദങ്ങളെ ഞാൻ
തിരയുകയായിരുന്നു
നിന്നിലേക്കുള്ള
എന്റെ ദൂരത്തെ
തട്ടിയകറ്റുമ്പോഴും
നിന്നിലേക്കുള്ള
എന്റെ കാഴ്ചയെ
മറയ്ക്കുമ്പോഴും
നിന്നിലെത്താനുള്ള
എന്റെ പിടച്ചിലിനെ
ചവിട്ടിയരയ്ക്കുമ്പോഴും
ഞാൻ നിന്റെ പാദങ്ങളെ
മനസാൽ കെട്ടിപ്പുണർന്നുകൊണ്ടേയിരുന്നു.

എസ് സരസ്വതി

നിന്റെയൊരു കിക്കിൽ
ആകാശത്തേക്കുയർന്നുപൊങ്ങി
ഗോൾമുഖത്തേക്ക് തെറിച്ച്
ഗോൾകീപ്പറുടെ
കൈകളിൽ വഴുതി
നിന്റെ വിജയത്തിന്റെ
പൊൻകിരീടത്തൂവലാവാൻ
ആ പാദങ്ങളിലേക്കുരുണ്ടു-
കൊണ്ടിരിക്കുന്നു ഞാൻ.

മരണമൊഴി

പൊട്ടിക്കരയാം
അലറി വിളിക്കാം
കെട്ടിത്തൂങ്ങാം
അഗ്നി കൊളുത്താം
ചിന്തയെരിഞ്ഞോ -
രുടലിൽ ഉയിരിൽ.

ഇരുട്ട് പുതച്ചൊരു
മഞ്ഞിൻ തണുവിൽ
ഒറ്റതിരിഞ്ഞൊരു
കലമാനായീ
കോൺക്രീറ്റ്
വനത്തിനുള്ളിൽ
ലഹരി പിടിക്കും
മരണത്താഴ്വര
മാടി വിളിപ്പൂ....

ദയാവധം

പ്രണയമുറിവിനാൽ
പ്രാണൻ പിടയുമീ
വ്രണിത ഹൃദയത്തെ
മുറിച്ചെടുക്കട്ടെ ഞാൻ.
രുധിരമുറയും
ഞരമ്പുകൾ
പിടയുന്നതറിയാതെ
നോവാതെ...
വിടതരൂ
ഹൃദയമേ.

ഇരുൾ നിറയും
കഠിന രാവിത്
സഹിക്കുവാനിനി
കഴിയില്ല നിനക്ക്,
പിന്നെന്തിന്
നിന്നെയിനിയും
ചുമക്കണം!
പറിച്ചെറിയട്ടെ ഞാൻ.

നീ ചുവന്നത്രയേത്
പൂക്കൾ ചുവന്നിടും
നീ പകർന്നത്രയേത്

ജീവൻ പകർന്നിടും
നീ സഹിച്ചത്രയേത്
ഭൂമിയും സഹിച്ചിടും
ഇനിയുമേറെ
സഹിപ്പിക്കുവാൻ
ബാക്കിയാക്കില്ല നിന്നെ,
യാത്രയാക്കുന്നു ഞാൻ.

ഒരു നിമിഷം ...
ഒരു നിമിഷം
ക്ഷമ ചോദിക്കട്ടെ
ഇത്രനാളുമെൻ
ശിഥിലചിന്തകളെ
ഹൃദയഭിത്തിയിൽ താങ്ങി
നിൻപേശികൾ
തളർന്നതിൽ
ക്ഷമ ചോദിക്കട്ടെ ഞാൻ.

എങ്കിലും...
എങ്കിലുമെൻ ഹൃദയമേ!
എൻ പ്രണയത്തെ
ഒളിപ്പിച്ചു സൂക്ഷിച്ചവൾ,
അതിനെത്ര നിറം
ചാർത്തിയെൻ
നിനവുകളെയു-
ത്സവമാക്കിയോൾ,
പിടയും മനസ്സിനെ
പൂണ്ടു പിടിച്ചവൾ.

പറിച്ചെറിയാൻ
കഴിയുന്നില്ലെങ്കിലും
ദയാവധമിന്നു നീ
അർഹിക്കുന്നെൻ
ഹൃത്തേ!
വിടതരൂ....
ഞരമ്പുകൾ
പിടയുവതറിയാതെ
നോവാതെ
മുറിച്ചെടുക്കട്ടെ ഞാൻ.

എസ് സരസ്വതി

സ്നേഹവസന്തം

ഞാനാ പ്രണയക്കൊമ്പിലെ
തീമഴയേറ്റു കരിഞ്ഞൊരില
കൊഴിയുംമുമ്പുൾപ്പൂവിൻ താപം
തണുമഴയായി പൊഴിയട്ടെ.

മലരും കായും നിറയും വൃക്ഷ -
ക്കനവിൽ വർണ്ണം നിറയട്ടെ
അടരുംമുമ്പേ മധുരം കിനിയും
കനി തൻ രൂപം കാണട്ടെ.

പുലരും വെട്ടത്തിന്റെ ചുവപ്പാൽ
മണിവർണ്ണങ്ങൾ തിളങ്ങട്ടെ
രുധിരം പടരും ദശ തൻ രൂപം
മലരിൻചിരിയായ് വിരിയട്ടെ

ശിശുവിന്നുണ്മ തുടിക്കും ജീവൻ
വിത്തിന്നുള്ളിലുറങ്ങട്ടെ
പൊട്ടി വിടർന്നതിൻ സ്നേഹത്ത-
ളിരിൽ കാലം വീണ്ടും പൂക്കട്ടെ.

ഞാൻ സുഭദ്ര

ഭ്രാന്തമെൻ ചിന്തകളേ!വിട്ടുപോകരുതെന്നെ
ഭ്രാന്തമായതിനെയുംപുണരും കാലമിപ്പോൾ.
ഭാവനയായതിനെക്കാണാനും കഴിയില്ല
ഭാവമെന്മനസ്സിന്റെ ഭ്രമകല്പനയാണോ!

കേഴുകയാണീ നാടവനെയോർത്തതിനെത്ര
നാഴിക കഴിഞ്ഞാലതിനന്തമുണ്ടാകുമോ!
അവനെൻ തനയനായവതരിക്കണമെ-
ന്നിവിടെത്ര മാതാക്കളിന്നാഗ്രഹിക്കുന്നുണ്ടാം!

നാൻപെറ്റ എൻമകനേയെന്നാർത്തനാദമവർ -
തൻ ചെവിയിലാർക്കുന്നുണ്ടതിൻ പ്രതിദ്ധ്വനി കേൾ.
അരുമയാം മകനേ നീയൊരു നാടിന്നാകെ
കരുതലായി മാറുന്നതെന്തനുഭവമേ!

കരയുന്ന മനമൊരു ചിരിയാൽ പുതപ്പിച്ച്
വിരിമാറും വിടർത്തി നിന്റെ വരവുണ്ടല്ലോ
ഞടുക്കമുണ്ടാക്കിയാ പിഴച്ച വർഗ്ഗത്തിന-
ങ്ങൊടുക്കമവരതിനെ ഹാ! പിളർത്തിയല്ലോ.

അതിനകത്തവനൂതി ജ്വലിപ്പിച്ചോരഗ്നി-
യതിദ്രുതം പ്രോജ്ജ്വലിപ്പിച്ചു പകർത്തുവോരെ
തടുക്കുവാനാവില്ലെത്ര ചക്രവ്യൂഹത്താലും
കൊടും പാതകരേ! നിങ്ങൾക്കഭിമന്യുമാരെ.

പടക്കം

പൊട്ടിത്തെറിക്കുന്ന ശീലത്തെ
കുറ്റം പറയുന്നവർ അറിയണം
ഉള്ളിൽ തീ കോരിയിടുന്നവരിലും
കരിമരുന്നു നിറയ്ക്കുന്നവരിലും
നിങ്ങളും ഉണ്ടെന്ന്
ചാവേറായി മാറാതിരിക്കാനാണ്
ഇടയ്ക്കിടയ്ക്കിങ്ങനെ
പടക്കംപോലെ പൊട്ടുന്നതെന്ന്.

തീപ്പന്തം

അച്ഛൻ

ഒരു തീപ്പന്തം
ഇരുട്ടകറ്റി
മുന്നേ നടന്നു
സ്വയം
എരിയുമ്പോഴും
ജ്വലിക്കാൻ
പഠിപ്പിച്ചു
ആളിപ്പടരാതെ
പെട്ടെന്നണഞ്ഞ
ദീപം

അമ്മ

ഒരു നെരുപ്പോടിന്നോർമ്മ
ഉള്ളു നീറുമ്പോഴും
ചൂടേകി പാകപ്പെടുത്തി
കണ്ണീരുപ്പു കലർത്തി
ജീവിതത്തിന്നുണ്മ നല്കി
ആറിത്തണുത്തുറങ്ങി

എസ് സരസ്വതി

ഞാൻ

പുറം തീപ്പന്തം
അകം നെരുപ്പോട്
നീറിപ്പുകഞ്ഞ്
കത്തിപ്പടരാൻ
വെമ്പുന്നൊരു
തീപ്പക്ഷി.

ചെണ്ട

നോക്കുക, നിങ്ങളൊന്നെന്നെ
ഒരിക്കലെങ്കിലുമന്നത്തെപ്പോ-
ലാർത്തിപൂണ്ടൊരു
നോട്ടത്താലെൻ
മനമൊന്നു കുളിരട്ടെ.
വാണരുളിയാ പ്രതാപകാല
മസ്തമിച്ചതിൽപിന്നാദ്യമാണി -
ങ്ങനെയൊന്നാഗ്രഹിച്ചതേ സത്യം!

വാദ്യകലകളിലഗ്രഗണ്യനായരുളും
ഞാനൊരാസുരവാദ്യമെന്നതൊരു
വിളിപ്പേരു മാത്രം
ഇടി മുഴങ്ങും ധ്വനിയിൽ
തുടങ്ങുമതൊരു
ദലമർമ്മരത്തിൻ
സ്വനമായലിയും
എന്റെ വലന്തലയിൽ
ശ്രീലകം
കൊട്ടിപ്പടരുമൊരു കാലം
ഓർമ്മയിൽ തെളിയുന്നുണ്ടൊരു
ദീപക്കാഴ്ചയായിപ്പൊഴും.

തേവരെയെഴുന്നള്ളിച്ചൊരാ
കൊമ്പനവനെൻ

എസ് സരസ്വതി

താളത്തിനൊത്ത്
തൻചെവികളെയിരുവശവും
മുറംപോൽ വീശിയും
തുമ്പിക്കൈതൻ കുസൃതിയും
തലയാട്ടി നടക്കുമിടയ്ക്കാ
കണ്ണുകളാലെന്നെ തഴുകുന്നതും.

തെക്കോട്ടിറക്കത്തിലെൻ
ഇടന്തലത്താളത്തിലാ
പൂരപ്പറമ്പിൻ
കൈത്താളമുയരുന്നതും
ഇലഞ്ഞിത്തറയിൽ
കൊട്ടിക്കയറുമെൻ
മനമപ്പോൾ വടക്കുംനാഥനെ
വലം വയ്ക്കുന്നതും.

ഓർമ്മയിൽ തെളിയുന്നുണ്ടൊരു
ദീപക്കാഴ്ചയായിപ്പൊഴും
വീടിന്നലങ്കാരമായ് വിളക്കായ്
ലക്ഷ്മിയായ് ആഢ്യത്വത്തിൻ
പ്രതീകമായ് ഞാൻ വിളങ്ങിയ
കാലമതോർക്കുന്നോ നിങ്ങൾ.

ഇന്നീ വടക്കിനിയിലൊരു
മൂലയിലിരിപ്പാണേതോ
മരപ്പാവപോൽ
കുട്ടികൾക്കൊരു
കളിപ്പാട്ടമായ്
പണിചെയ്തു തളർന്നൊരാ
പണിയാളർക്കിരിപ്പിടമായ്.

ആർക്കും കൊട്ടാം,തട്ടിക്കളിക്കാം
കാലത്തെപ്പഴിച്ചിട്ടെന്തുകാര്യം!

കൊറിയർ

പ്രണയദിനത്തിൽ
മഞ്ഞിൻമുകളിലെ
കാവൽക്കൊട്ടാരത്തിൽ നിന്ന്
നീ കൊടുത്തുവിട്ട
കൊറിയർ
വീടെത്തിയിരിക്കുന്നു.

അതിൽ
പുഞ്ചിരിക്കുന്ന
നിന്റെ ഹൃദയം
കാണാൻ കൊതിച്ച്
തുറന്നു നോക്കിയതാണ്...
തകർന്നു ചിതറിയ
മാംസമടുക്കിയ പെട്ടിയിൽ
എത്ര പരതിയിട്ടും
നിന്റെ ഹൃദയംമാത്രം കണ്ടില്ല.

ഇന്നലെ
വാലന്റൈൻ ദിനത്തിൽ
എനിക്കു ചുറ്റും
വട്ടമിട്ടു പറന്ന പൂമ്പാറ്റ
നിന്റെ പ്രണയമായിരുന്നുവെന്ന്
ഞാനറിഞ്ഞിരുന്നില്ലല്ലോ!

മൊഴിയുറുമി

വാക്കുകളെ ഉറുമിയാക്കിടാം
വളച്ചും വീശിയും പിന്നെ,യെറിഞ്ഞും
ചോര ചിന്തിക്കും മനമതിങ്കൽ
തിറ കെട്ടിയിടാനുമെന്തെളുപ്പം!

നോവുമാത്മാവിനെ കൈകാൽകെട്ടി -
യാഴിതന്നഗാധതയിലാഴ്ത്താം
പിടയും ജീവശ്വാസത്തിൻ താളം
അകമതിങ്കൽ കണ്ടാസ്വദിച്ചിടാം.

കാഴ്ചതൻ ഭൂപടം മെല്ലെ മെല്ലെ
മായ്ച്ചിടാമൊരു മൂടുപടത്തിനാൻ
അകക്കണ്ണും പുറംകണ്ണും തമ്മിൽ
നേരല്ലാത്തൊരകലത്തിലാക്കിടാം.

മിഴിനീർക്കിളികളേ! നിങ്ങളെ
മൗനത്തിൻ നൊമ്പരക്കൂട്ടിലടയ്ക്കാം
മതിയെ മയക്കും കഥകൾ ചൊല്ലി
മതിയാവോളം തളച്ചിടാമല്ലോ!

മായ

അതൊരു പെരുമഴയായിരുന്നു
ആർത്തലച്ച് കോരിത്തരിപ്പിച്ച്
വരണ്ട ഭൂമിയാകെ കുതിർത്ത്
വിത്തിടാൻ പാകത്തിലൊരുക്കി
ആളുകളെ ഭ്രമിപ്പിച്ച് ....
വലിയ വിള പ്രതീക്ഷിച്ച്
തൈ നട്ടവർ.......
മണ്ണിന്നകത്തവ നീറിപ്പുകഞ്ഞ്
വെണ്ണീറായൊതുങ്ങി
അടുത്തൊരു കൃഷിയിറക്കാൻ
ഒരു മണി ബാക്കി വയ്ക്കാതെ.

അതൊരു മഞ്ഞുകാലമായിരുന്നു
കാടും മലയും പുഴകളും
മഞ്ഞിലുറഞ്ഞ്
വെൺമ തൂകും മനസ്സുകളിൽ
പ്രകാശരശ്മികൾ മഴവില്ലായി
പെട്ടെന്നൊരു മിന്നൽപ്പിണർ
മഞ്ഞിൻ വെണ്മയെ കടലിലെറിഞ്ഞു
ഒരു കണം ബാക്കി വയ്ക്കാതെ.

എസ് സരസ്വതി

അതൊരു പൂക്കാലമായിരുന്നു
മഞ്ഞയും ചുവപ്പും നീലയും വെള്ളയും
ഇടകലർന്നങ്ങനെ പൂത്തുലഞ്ഞ്
ചെറുകാറ്റിൽ ആടിയുലഞ്ഞ്
പൂമ്പാറ്റകൾ പാറിപ്പറന്ന്
പ്രകൃതിയെ കുളിരണിയിച്ച്
മുരണ്ടു മൂളി പാഞ്ഞെത്തിയ വണ്ട്
മാറി മാറി തേനൂറ്റി
പൂക്കളെ വരണ്ടുണക്കി
ഒരു നിറം ബാക്കി വയ്ക്കാതെ.

അതൊരു കൊടുംകാടായിരുന്നു
വൻ മരങ്ങളും ഇളംകാറ്റിലാടും കുഞ്ഞുലതകളും
അരിച്ചെത്തുന്ന
സൂര്യകിരണങ്ങളിൽ
മഴവില്ല് തീർക്കവേ
വാ പിളർന്നെത്തിയൊരു
കാട്ടുതീയെല്ലാം വിഴുങ്ങി
പച്ചപ്പോ ജീവന്റെ തുടിപ്പോ
ബാക്കി വയ്ക്കാതെ.

അതൊരു പ്രണയകാലമായിരുന്നു
സർഗ്ഗാത്മകയൗവനം
വിപ്ലവസ്വപ്നങ്ങളാൽ
ചിന്തയ്ക്ക് തീപിടിക്കും കാലം
മാറ്റങ്ങൾ സ്വപ്നം കണ്ട
ജീവിതവഴിയിൽ
സംഘർഷങ്ങൾ...വിരസത
എങ്കിലും പ്രണയത്തിന്റെ
ഒരു കനൽ
ചാരം മൂടിക്കിടപ്പുണ്ടിപ്പൊഴും.

കാവ്യം

പ്രണയമോ തീരാത്ത വേദനയോ
പ്രായമാകില്ലൊരിക്കലുമോമലേ
തെന്നലിന്നിളം തഴുകൽ പോരുമേ
മന്നിലെ ജീവനാളമായ് ചേരുവാൻ.

ഉന്നതമായ ചിന്തയിലാകട്ടെ
മന്നിടത്തിലിരുണ്ടൊരു കാലത്തും
ഉള്ളിലായൊരു കോണിലുണ്ടപ്പൊഴും
തുള്ളിക്കളിക്കുന്ന കുഞ്ഞിളംപൈതൽ.

പൗർണ്ണമി പോലും നാണിച്ചൊളിക്കുന്ന
വെൺനിലാവായുദിക്കും ചിരിയിൽ
അല്ലലെല്ലാമലിയിക്കുമപ്പോഴും
ഉള്ളിലായൊതുക്കുന്നുണ്ടൊരു ഭാരം.

ജീവിതമേകും വേഷമേതാകിലും
ആടിത്തിമിർക്കുമരങ്ങത്തു ഭേഷായ്
മുന്നിലിരിക്കുന്ന കാണിതൻ കണ്ണിൽ
പൂക്കും ഹർഷമതുതാൻ പ്രതിഫലം.

എന്നിലെന്നൊക്കെ മൗനങ്ങൾ പൂക്കുന്നോ
വാക്കിനാലെന്റെ കണ്ഠവും തേങ്ങുന്നോ
അന്നുമാത്രമെൻ വിരൽത്തുമ്പിലെത്തി
പൊൻനിലാവിൻ വരികളാകുന്നു നീ

ചിമിഴ്

പെയ്തു തോരാത്ത
മിഴികളിൽ ഞാനൊരു
കുഞ്ഞുവള്ളത്തിൽ
തുഴയാനിരുന്നു
വൃഷ്ടി,യതിവൃഷ്ടി -
യിലാടിയുലഞ്ഞത്
കൃഷ്ണമണിയിന്മേൽ
തട്ടിത്തകർന്നു.

മുങ്ങിയും പൊങ്ങിയും
കാലിട്ടടിക്കുമ്പോൾ
കയ്യിൽ തടഞ്ഞത്
കച്ചിത്തുരുമ്പോ
ജീവനൊളിപ്പിച്ച
സ്നേഹച്ചിമിഴോ !

അടുക്കളക്കവിത

അടുക്കളക്കവിതയിൽ
വേവുന്ന നോവുകൾ.

ജീവിതക്കായ്മരം
വിളയിച്ച ഫലങ്ങൾ

ഓരോരോ
ഏടുകളായി നുറുക്കി

തിളച്ചുമറിയുന്നൊരെൻ
മനസ്സിന്നടുപ്പിൽ
പാകമാകുമ്പോൾ

അളവിൽ കുറയ്ക്കാതെ
വിയർപ്പിന്നുപ്പ് തൂവി

നെഞ്ചിൻനീറ്റലിൽ
നിന്നല്പം എരിവും

ഓർമകളിൽ
നിന്നല്പം പുളിയും നല്കി

രസക്കൂട്ടുകൾ തെറ്റാതെ
ആത്മാവിലെ തീയൂതിയൂതി
ഞാനിവിടുണ്ട്.

വിരഹഗോപിക

നിലച്ചുപോകുമെൻ ഹൃദയതാളം
നിൻ സ്നേഹരാഗമൊഴിയവെ
അടഞ്ഞുപോകാം കവനവഴിയും
മൃതിസമാനമെൻ ചേതന.

പകുത്തു തന്നതെൻ പ്രാണനല്ലേ
കരളിലിത്രനാളും കാത്തതല്ലേ
തിരികെ ഞാനെന്താരാഞ്ഞു നിന്നോ-
ടൊരു സാന്ത്വനക്കുളിരെന്നിയെ.

തലയിലെറുമ്പു നുരയ്ക്കും രാവി-
ലൊഴുകിയെത്തും കാവ്യരസം
സാരസ്വതാമൃതമായ് മാറ്റു-
മെൻ വിരഹഗോപികാനിശകൾ.

പ്രണയാർദ്രമാ വേണുനാദമെൻ
ചെവിയിൽ ലഹരിയായ് നുരയവെ
ഒരു നോട്ടത്താലൊരു ചിരിയാ-
ലെന്നകതാരിൽത്തുളുമ്പും
തൂവെണ്ണ കട്ടൊരു കണ്ണ(ള്ള)നല്ലോ നീ.

കൃഷ്ണപർവ്വം

ഓർത്തുപോകുന്നു ഞാൻ കണ്ണാ!വീണ്ടും
രാധയായ് നിന്നെ തേടിയലഞ്ഞതും
കാണാൻ കഴിയാതാകുലപ്പെട്ടപ്പോൾ
പിന്നിലൂടെന്നെ ചുറ്റിവരിഞ്ഞതും.

നിൻ പ്രേമമുരളീഗാനം കൊതിച്ചെത്ര
കാളിന്ദീതീരത്തലഞ്ഞു നടന്നു ഞാൻ
ആരാരുംകാണാതെൻ മടിയിൽ കിടന്നെത്ര
രാഗങ്ങൾ പാടിയാ പുല്ലാങ്കുഴലിൽ.

ഒരു തണൽച്ചില്ലയായെന്നിൽ നീ ചാഞ്ഞു
കരുതലായ് നീയെന്നെ കണ്ണിൽവച്ചു
കവിളിലൊഴുകിയ കണ്ണുനീർമുത്തുകൾ
വിരുതോടെ നീയന്ന് കോർത്തെടുത്തു.

അലറിക്കരയുമെന്നാത്മതീരത്തിനെ
തിരയായ് വാരിപ്പുണരുന്ന കടലായ്
പനിച്ചുതുള്ളുമെൻ തളർന്നമേനിയെ
പിടിച്ചണച്ചൊരു പുതപ്പായ് മാറിയോൻ.

സമരം ജീവിതം

കടലിരമ്പലിൽ
തുള്ളിക്കളിക്കുവാൻ
ചടുല മോഹങ്ങൾ
പൂക്കും പലപ്പോഴും
ഇടയിലെപ്പോഴോ
പൊള്ളും വിചാരങ്ങൾ
പൊടിയുതിർത്തതാ
പൊങ്ങിപ്പറക്കുന്നു.

മഴമുകിലിനും
പെയ്യുവാനാകാതെ
പഴയ ദുഃഖങ്ങ -
ളുള്ളിൽ കനക്കുന്നോ
അഴിമുഖത്തേക്ക്
വീശുവാനാകാതെ
മിഴിയടയ്ക്കുന്നോ
മന്ദസമീരനും.

വലയിലായിടും
മീനിനെപ്പോലെ
വിലയിടാനായി
കാത്തുകിടക്കുന്നു
പലരുമൊന്നിക്കും

കുരുക്കു തീർക്കുവാൻ
പല വഴികളിൽ
കിടങ്ങു തീർത്തിടും.

അമിതമോഹങ്ങ-
ളുള്ളിൽ തിളച്ചതോ
ഉമിയിൽ നീറുന്ന
ജന്മത്തിൻ കാരണം
ചിമിഴിലുണ്ടായ
മുത്തിനെപ്പോലും
കമിതചോദന
കരിയായ് മാറ്റിയോ.

കഴുമരത്തിന്റെ
ചോട്ടിൽ നിന്നാകിലും
പുഴയൊഴുക്കിന്റെ
ഭ്രാന്തവഴിയിലും
അഴലു തീർക്കുന്ന -
തെങ്ങുനിന്നാകട്ടെ
വഴിയടയാതെ
കാക്കണം ജീവിതം.

എസ് സരസ്വതി

കാവ്യനീതി

എഴുതുന്ന വരികളിലൊന്നും
നിന്നെ വായിക്കാനാവുന്നില്ല
തെളിമയില്ലാത്ത ചിത്രം പോലെ
പൊരുത്തപ്പെടാതിരിക്കുന്നു.

പൊലിഞ്ഞുപോയ സ്വപ്നങ്ങളിലും
അലിഞ്ഞുതീർന്ന മധുരങ്ങളിലും
കരിഞ്ഞുപോയ മോഹങ്ങളിലും
കരഞ്ഞുതീർത്ത രാത്രികളിലും
ഇഴഞ്ഞുതീർത്ത ജീവിതത്തിലും
ഒഴിഞ്ഞുപോകാതെ അക്ഷരത്തെറ്റ്.

സ്വരാക്ഷരങ്ങളാൽ സ്വൈര്യം കെടുത്തുന്ന
വ്യഞ്ജനങ്ങളാൽ അന്ധത അലട്ടുന്ന
ചില്ലക്ഷരങ്ങളാൽ തല്ലിക്കെടുത്തുന്ന
വാർദ്ധക്യത്തിന്റെ കൂനിക്കൂടിയിരുപ്പ്.

വൃത്തം കൃത്യമാണെങ്കിലും യതികൾ
ചിത്രം മാറ്റിവരച്ചുകൊണ്ടേയിരിക്കുന്നു
അലങ്കാരത്തിനല്പം അഹങ്കാരം കൂടിയോ
അടുത്ത കാവ്യത്തിനെന്നെ കിട്ടില്ലത്രേ.

നിരൂപകരുടെ കണ്ണിൽ തെളിയുന്ന
ആകാശം നോക്കിയിരുപ്പാണ്
നക്ഷത്രങ്ങളാണോ ധൂമകേതുവാണോ
അവിടെ വരച്ചിടുക എന്നാരു കണ്ടു!

ക്വാറന്റെയ്ൻ

കാലുകൾ
പടിക്കലെത്തുമ്പോൾ
പണിമുടക്കുന്നു.
കൈകൾ
ഗേറ്റിന്റെ
ജയിൽപ്പടികളിൽ
അണുനാശിനി തിരയുന്നു.

സോപ്പിൻകുമിളകളിൽ
ആകാശത്തെ
കാണാൻ ശ്രമിക്കുന്നു.
കൈകളുടെ ഉരസലിൽ
ചേർത്തുപിടിക്കലിൻ
കനിവ് തേടുന്നു.

വാക്കുകൾ കുരുങ്ങിയ
തൊണ്ടയിൽ
വേദനയോ ഭയമോ!
ആരുമറിയാത്തൊരണുവിൻ
നടനമോ!

കൈയെത്തും ദൂരെയെൻ
പ്രാണൻ പിടയ്ക്കുമ്പോൾ
തൊടാതെ തഴുകാതെ
ഒരു ചുംബനം
പടി കടക്കുന്നു.

സന്നദ്ധപ്രവർത്തകർ

ഒറ്റവാക്കിലൊതുക്കുവാനാവില്ല
അറ്റമില്ലാത്ത സൗഹൃദഭാവങ്ങൾ
വച്ചുനീട്ടുന്ന സ്നേഹക്കതിരുകൾ
കൊച്ചുവീടിന്റെ സമ്പത്തുമായിടാം.

മാറ്റിടുന്നു തൻ ദുഃഖസ്ഥിതികളെ
ആറ്റിടുന്നവർ ആളും വിശപ്പിനെ
ചേർത്തുപിടിക്കും കൈകളാലവൾ
*ആർത്തിയകറ്റും, സാന്ത്വനമായിടും.

സ്വന്തമായൊന്നും നേടുന്നതില്ലവർ
അന്തമില്ലാത്ത ഹൃത്തിന്നുടയവർ
സ്വന്തമാം ജീവനും അന്യന്നുവേണ്ടി
സന്ത്യജിക്കുന്ന സന്നദ്ധരാം ഭടർ.

(* ആർത്തി = ദു:ഖം)

ലോക്ഡൗൺ

കൂട്ടിലകപ്പെട്ട തത്തയെപ്പോലെ
പെട്ടുപോയ് നാമെത്ര മാസങ്ങളായി
മിണ്ടാതെ കാണാതെ ഇനിയെത്ര നാൾ
മണ്ടണമീക്കാലം! ഉത്തരമുണ്ടോ?

അങ്ങകലെയായ് കാത്തിരിക്കുന്നവർ
ഇങ്ങുവന്നിടും നാളുകളെണ്ണി നാം
എത്രനാളുകൾ എണ്ണിക്കഴിയുന്നു!
പുത്രദുഃഖത്തിൽ നീറും ദശരഥർ.

പടയാളികൾ

പടവെട്ടി നാമിനിയെത്ര മുന്നേറണം
പടയാളികളെത്ര മുറിവേറ്റ് വീഴുന്നു!
ഇനിയുമെത്രയോ ലോകം ഭരിക്കേണ്ടോർ
തനിയെയാക്കുന്നു സ്നേഹിപ്പവരെ.

എതിരിടുന്നതൊരദൃശ്യവൈരിയെ
അതിരെഴാത്തൊരു യുദ്ധഭൂമിയിൽ
കരുതിയ ശസ്ത്രങ്ങളൊക്കെ പിഴയ്ക്കയോ
കുരുതി കൊടുക്കുന്നു വിലപ്പെട്ട ജന്മങ്ങൾ.

എസ് സരസ്വതി

വൈറസ്

ചില ഓർമ്മകൾ മരുന്നില്ലാത്ത
വൈറസ് പോലെയാണ്
പിടിപെട്ടാൽ കൊണ്ടേപോകൂ
സോപ്പും സാനിറ്റൈസറും ഏശില്ല.

പനിച്ചും ചുമച്ചും ശ്വാസം മുട്ടിക്കും
മനസ്സിലിട്ടങ്ങനെ വീർപ്പുമുട്ടിക്കും

ആരോടും പങ്കുവയ്ക്കാനാവാതെ
സാമൂഹ്യവ്യാപനത്തിനിടകൊടുക്കാതെ
വെന്റിലേറ്ററിലെത്തിപ്പെടും വരെ
ഐസൊലേഷനിൽ നീറി നീറി

അവസാനം
പരലോകം പൂകുംവരെ
ആ വൈറസ് തന്നെയാകും
ഒരു കൂട്ട്, ഒരാശ്വാസം,
ഒപ്പം മരിക്കാനും അതേയുള്ളൂ.

അനുബന്ധം

ആഴങ്ങളിലേക്ക് ഊളിയിടുന്ന അനുഭവങ്ങൾ/പ്രതിരോധങ്ങൾ

രാജേഷ് കെ എരുമേലി

പുതുകാലത്ത് കവിത അതിന്റെ ആഖ്യാനത്തിലും രാഷ്ട്രീയത്തിലും സൂക്ഷ്മമായ അംശങ്ങളെയാണ് ഒപ്പം ചേർക്കുന്നത്. എല്ലാത്തരം അവ്യക്തതകളെയും ദൂരീകരിച്ചുകൊണ്ടാണ് ഇന്നു കവിത നിലനില്ക്കുന്നത്. അതുകൊണ്ടുതന്നെ ആധുനികതയിൽനിന്നും പില്കാല ആധുനികതയിൽനിന്നും വ്യത്യസ്തമായ അനുഭവത്തെയാണ് അത് പ്രതിനിധാനം ചെയ്യുന്നത്. പുതിയ അഭിരുചികളും ആഖ്യാന രീതികളും പുതുകവിതകളുടെ ഭാഗമായിക്കഴിഞ്ഞു. എല്ലാത്തരം കേന്ദ്രീകൃത പ്രവണതകളെയും അധീശത്വ പ്രത്യയശാസ്ത്രങ്ങളെയും ബ്രഹദ് ആഖ്യാനങ്ങളെയും ഇപ്പോൾ കവിത തള്ളിക്കളയുന്നു. സങ്കീർണ്ണങ്ങളായ ജീവിതാനുഭവങ്ങളെയാണ് പുതുകവിത ആവിഷ്കരിക്കുന്നത്. എഴുപതുകളിലെപ്പോലെ പ്രഖ്യാപിത വിപ്ലവങ്ങളെ അത് ആഹ്വാനം ചെയ്യുന്നില്ല. എന്നാൽ സൂക്ഷ്മമായ രാഷ്ട്രീയത്തെ അത് ഉള്ളിൽ അവതരിപ്പിക്കുന്നുണ്ട്.

കവിത എന്താണ് എന്ന് നിർവ്വചിച്ചു തുടങ്ങുമ്പോൾ കവിതയുടെ രൂപവും ഭാവവും വളരെ വേഗത്തിൽ മാറിക്കൊണ്ടിരിക്കുന്നു. സമകാലിക കാവ്യനടത്തം ബഹുസ്വരതയുടെ ആഴം തേടുന്നതിനൊപ്പം മറയ്ക്കപ്പെട്ടതിനെ സൂക്ഷ്മമായി കണ്ടെടുക്കുകയാണ്. ജനാധിപത്യവല്കരണം കവിതയിലും സംഭവിക്കുന്നു. നാളിതുവരെയുള്ള ഭാഷയെ റദ്ദ് ചെയ്ത് അനുഭവങ്ങളുടെ/നേര് പറച്ചിലുകളുടെ പുതിയ ലോകത്തെ നിർമ്മിക്കുകയാണ് ഇന്നിന്റെ കവിത. ഭാഷയുടെയും ആഖ്യാനത്തിന്റെയും വിശാല ഇടത്തെ കണ്ടെത്തുന്നതിനൊപ്പം പ്രതിനിധാനപരമായി കവിത വായിച്ചു തുടങ്ങുന്നു എന്നതും മറ്റൊരു പ്രത്യേകതയാണ്.

കവിതയെ പലതിൽനിന്നും ഒളിച്ചോടാനുള്ള മാർഗ്ഗമായി കണക്കാക്കാൻ കഴിയില്ല. എന്നാൽ ഒളിച്ചുവെക്കാനുള്ളതാകാം. തുറ

എസ് സരസ്വതി

ക്കാനാകാത്ത വാക്കുകളുടെ ബഹിർഗ്ഗമനമാണ് പലപ്പോഴും കവിതയായി പുറത്തുവരുന്നത്. ചിലതിനോടുള്ള പ്രതിഷേധം, പൂരിപ്പിക്കാത്ത ജീവിതത്തിന്റെ പൂരിപ്പിക്കൽ, ആഗ്രഹങ്ങളുടെ തുറക്കൽ. ഇങ്ങനെ എത്രയോ നിർവ്വചനങ്ങളാൽ കവിതയെ വിശകലനം ചെയ്യാനാകും. ഈ അർത്ഥത്തിൽ *കനൽപ്പെണ്ണ്* എന്ന പുസ്തകത്തിലെ കവിതകളെ രണ്ടായി വേർതിരിക്കാവുന്നതാണ്. സാമൂഹിക ജീവിതത്തിൽ എഴുത്തുകാരിയെന്ന നിലയിലുള്ള ഇടപെടലുകളെ ബോദ്ധ്യപ്പെടുത്തുന്ന കവിതകൾ. അതായത് തനിക്കും ചിലത് പറയാനുണ്ട് എന്ന് പ്രഖ്യാപിച്ചുകൊണ്ട് പ്രതിരോധത്തിന്റെയും രാഷ്ട്രീയ പ്രസ്താവങ്ങളുടെയും രൂപത്തിലുള്ള ചില കവിതകൾ. രണ്ടാമതായി സ്വപ്നങ്ങളെ, ആഗ്രഹങ്ങളെ, ഇനിയും പൂർത്തിയാക്കാൻ കൊതിക്കുന്ന നിമിഷങ്ങളെ ഉള്ളിലൊതുക്കിക്കൊണ്ട് എഴുതുന്ന വരികൾ. ഒറ്റപ്പെടലുകളുടെയും വേദനകളുടെയും പരിസരങ്ങളെ അത്തരം കവിതകളിൽ കണ്ടെത്താനാകും.

'കൂനൻപാറയിലെ ഉറുമ്പുകൾ' സാമൂഹിക ജീവിതത്തെ സൂക്ഷ്മമായി നിരീക്ഷിക്കാനുള്ള ശ്രമമാണ്. മാറുന്ന പ്രകൃതിയും മനുഷ്യനും ഈ കവിതയിൽ അടയാളപ്പെടുന്നുണ്ട്. തന്നിലേക്ക് തിരിഞ്ഞുനോക്കുകയും സ്വത്വത്തെ തിരിച്ചറിയുകയുമാണ് 'പഴന്തുണി.' പുതിയൊരു സീതയായുയിരാർന്നിവിടെ പുതിയ വിഷാദത്തീ/മഴ പെയ്തെന്നുയിരുതളിർത്തീ/തരുനിര തെയ്യം തുള്ളുന്നേരം/മണ്ണിലുയിർത്തൊരു പെണ്ണിവളി/ന്നീ മണ്ണിൽ വീണ്ടുമലിഞ്ഞീടുന്നു. ഈ വരികളിൽ ഉയരെ പറക്കാനുള്ള മോഹമാണ്. സ്വാതന്ത്ര്യം പ്രഖ്യാപിക്കാനുള്ള ശ്രമമാണ്.

നാഗരികതയുടെ കാഴ്ചകളും അവിടുത്തെ സ്ത്രീ ജീവിതങ്ങളും വ്യത്യസ്തമായ തുറസ്സുകളെ തേടുന്നവയാണെന്നു 'നഗരത്തിലെ അമ്മ' പറയുന്നു. ജീവിതത്തിന്റെ സന്ദിഗ്ദ്ധതകളും തീക്ഷ്ണയാഥാർത്ഥ്യങ്ങളുമാണ് പൊതുവായി ഈ പുസ്തകത്തിലെ കവിതകൾ പങ്കുവെക്കുന്നത്. നഷ്ടപ്പെട്ടുപോകുന്ന നിമിഷങ്ങളെ തിരിച്ചുപിടിക്കാനുള്ള ശ്രമമാണ് കവിതകളിലൂടെ സാദ്ധ്യമാക്കുന്നത്. സ്ത്രീ അനുഭവങ്ങളുടെ/ആർജ്ജവങ്ങളുടെ ശബ്ദമായി കവിതകളും മാറുന്നു എന്നൊരു പ്രത്യേകതയുമുണ്ട്. ഗദ്യ-പദ്യ കവിതയെന്ന വേർതിരിവിനെ പരിഗണിക്കാതെ ആഖ്യാനത്തിന്റെ സാദ്ധ്യതകളെ കണ്ടെത്തുകയാണ് ഒട്ടുമിക്ക കവിതകളും. പാരമ്പര്യത്തെ സ്വീകരിക്കുകയും അതിൽ കുതറി മാറിക്കൊണ്ട് മറ്റൊരു വഴി കണ്ടെത്താനുള്ള ശ്രമവും ഈ പുസ്തകത്തിലെ

കവിതകളിലൂടെ സൂക്ഷ്മമായി സഞ്ചരിച്ചാൽ മനസ്സിലാക്കാനാകും. ഉള്ളിലെ വാക്കുകളെ പകർത്തേണ്ടിവരുന്ന സാഹചര്യങ്ങളിൽ മാത്രം എഴുതേണ്ട ഒന്നാണ് കവിത എന്ന യാഥാർത്ഥ്യം പല കവികളും മറന്നുപോകുന്ന സന്ദർഭത്തിൽ വളരെക്കുറച്ച് എഴുതുകയും അത് വ്യത്യസ്ത ആഖ്യാനവും ഭാഷയെ പുതുക്കിപ്പണിയലുമാവുക എന്നത് വളരെ പ്രധാനമാണ്.

സ്ത്രീയുടെ ജീവിതക്കാഴ്ചകൾ, കാഴ്ചപ്പാടുകൾ, വിശാല/പരിമിത ലോകങ്ങൾ അത്തരം അനുഭവങ്ങളെ തന്റെ ജീവിത പരിസരത്തുനിന്നുകൊണ്ട് കാണാനുള്ള ശ്രമം കവിതകളെ സവിശേഷമാക്കുന്നു. ജീവിതത്തെക്കുറിച്ചുള്ള അനുഭവം പറച്ചിലുകൾ, മാറുന്ന/മാറേണ്ട രാഷ്ട്രീയത്തെക്കുറിച്ചുള്ള ബോദ്ധ്യങ്ങൾ, പ്രകൃതിയെക്കുറിച്ച് ഇനിയും പഠിക്കേണ്ട പാഠങ്ങൾ, പ്രതിരോധത്തിന്റെ പുതിയ വഴികൾ ഇത്തരത്തിൽ നവ അന്വേഷണത്തെ തുറന്നിടാനുള്ള ശ്രമമാണ് കവിതകളിലൂടെ എഴുത്തുകാരി നിർവ്വഹിക്കുന്നത്.

സ്ത്രീഅനുഭവത്തിന്റെ വ്യത്യസ്തമായ ആവിഷ്കാരങ്ങൾ നിരവധി കവിതകളിലുണ്ട്. തലക്കെട്ടുതന്നെ സ്ത്രീ കർതൃത്വത്തെ മുൻനിർത്തി എഴുതപ്പെട്ടതാണ്. സ്ത്രീയുടെ ഉടലിന്റെ അവകാശം ആ വ്യക്തിക്ക് മാത്രമാണെന്നും അനുവാദമില്ലാതെ അവിടേക്ക് പ്രവേശനംപോലും സാദ്ധ്യമല്ലെന്ന് പ്രഖ്യാപിക്കുന്നതാണ് സ്ത്രീപക്ഷ കവിതകൾ. അത് ലിംഗസമത്വം എന്ന കാഴ്ചപ്പാടിനെ ഉറപ്പിക്കുന്നതാണ്.

പ്രണയം പശ്ചാത്തലമാകുന്ന നിരവധി കവിതകൾ ഈ പുസ്തകത്തിലുണ്ട്. പ്രണയത്തെ വിശുദ്ധപദവിയിലേക്ക് ഉയർത്തുന്ന തരത്തിലാണ് ഇത്തരം സ്വഭാവമുള്ള വരികളിലൂടെ കടന്നുപോകുമ്പോൾ മനസ്സിലാക്കാനാകുന്നത്. എന്നാൽ പ്രണയം ആഴങ്ങളിലേക്ക് ഊളിയിടുകയും അനുഭൂതിയുടെയും കരുതലിന്റെയും അനുഭവത്തെ നല്കുകയും ചെയ്യുമ്പോൾ അത് നിർവ്വചനങ്ങൾക്ക് അപ്പുറം മറ്റെന്തോ ആയി മാറുന്നതായും കവി പറയുന്നു. അത് നൈസർഗ്ഗികമായ അവസ്ഥയാണെന്നു പറയാതെ പറയുകയാണ് പ്രണയത്തെക്കുറിച്ചുള്ള കവിതകൾ.

അടച്ചിടൽ കാലത്തെ ഓർമ്മപ്പെടുത്തുന്ന കവിതകൾ സമകാലികാവസ്ഥയോട് സംവദിക്കുന്നതാണ്. ഒറ്റപ്പെടലുകൾ, വേദനകൾ, ഏകാന്തത അങ്ങനെയെല്ലാമുള്ള അനുഭവങ്ങളിലൂടെയാണ് കൊറോണക്കാലം കടന്നു പോകുന്നത്. നമ്മൾ ഏറ്റവും കൂടുതൽ സ്നേഹിക്കുന്നവരെ കാണാനാകാത്ത അവസ്ഥ, തീക്ഷ്ണമായ ജീവിതയാത്രയിൽ ചിലർ നല്കുന്ന സ്നേഹസ്പർശം പോലും അനുഭവിക്കാൻ കഴിയാത്ത വിഹ്വലതകളുടെ കാലം കൂടിയാണ്. എവിടെയും എപ്പോഴും പൊട്ടിപ്പോകാവുന്ന പ്രതീക്ഷകൾ. നല്കുന്ന ഓരോ ചുംബനങ്ങളും അവസാനത്തേതാകാവുന്ന അവ

സ്ഥ. ഇത്തരം അനുഭവങ്ങളിൽനിന്നും അതിജീവനത്തിന്റെ അനുഭൂതികളുടെ പുതിയൊരു ലോകത്തെ തേടാനുള്ള ശ്രമമായും ഇതിലെ ചില കവിതകളെ കാണാനാകും. ഓരോ കവിതകളിലൂടെയും കടന്നു പോകുമ്പോൾ ഏതെങ്കിലും വരികളിൽ പ്രയോഗങ്ങളിൽ വായനക്കാർ തടഞ്ഞുനില്ക്കുന്നു എന്നതാണ് ഈ പുസ്തകത്തിലെ കവിതകളെ കൂടുതൽ ശ്രദ്ധേയമാക്കുന്നത്. എന്നാൽ അകംപൊരുൾ പോലുള്ള കവിതകൾ ആഹ്വാനങ്ങളാകുന്നത് കവിതയുടെ സൗന്ദര്യാത്മകതയെ തടയുന്നു എന്നതും വിമർശനപരമായി പരിശോധിക്കേണ്ടതാണ്. പൊതുവായി കവിതകൾ സൂക്ഷ്മമായ രാഷ്ട്രീയത്തെ മുന്നോട്ടുവെക്കുന്നുണ്ട്. അതു തന്നെയാണ് *കനൽപ്പെണ്ണി*ന്റെ പ്രത്യേകത.